INSIGHT PUBLICA®

നവോത്ഥാന പരമ്പര

INSIGHT PUBLICA

Nadakkave, Kozhikode, Kerala
Tel:0495–4020666
www.insightpublica.com
e-mail: insightpublica@gmail.com

**Aneethiyodethirppin**
**Vagbhatanandan**
(Malayalam)
**Devesan Perur**

First Edition : February 2017
This Edition: March 2020

ISBN 978-93-85899-78-2
Printed and Published by
InsightinPublica Printers & Publishers Pvt Ltd.

**₹ 149**

# അനീതിയോടെതിർപ്പിൻ വാഗ്ഭടാനന്ദൻ

ദേവേശൻ പേരൂർ

INSIGHT PUBLICA®
നവോത്ഥാന പരമ്പര

കുഞ്ഞിക്കണ്ണന്റെയും കല്യാണിയുടെയും മകൻ. കോഴിക്കോട്ട് ജില്ലയിലെ ബാലുശ്ശേരി ഗവ. ഗേൾസ് ഹയർസെക്കന്ററി സ്കൂൾ മലയാളം അധ്യാപകൻ. മലയാളത്തിൽ ബിരുദാനന്തര ബിരുദം. *പുതുകാലം പുതുകവിത, മലയാളം നല്ല ഉത്തരങ്ങൾ, ഒച്ചയിൽ വരയ്ക്കുന്ന വെളിച്ചം* എന്നിവ പ്രസിദ്ധീകരിച്ച പുസ്തകങ്ങൾ ആണ്.

ഭാര്യ: സവിത കെ.സി, മകൻ: അമൻസവേദ്

വിലാസം: ദേവേശൻ പേരൂർ, പേരൂർ, കിനാലൂർ, ബാലുശ്ശേരി, കോഴിക്കോട്.

email: devesanperur@gmail.com
Mob: 9946 48 88 51

**ദേവേശൻ പേരൂർ**

# നവോത്ഥാന പരമ്പര

അനീതിയും അസമത്വവും അയിത്തവും അനാചാരവും തളം കെട്ടി നിന്ന, ഭ്രാന്താലയമെന്ന് പേരുകേട്ട കേരളീയ സമൂഹത്തിൽ നവോത്ഥാന കാഹളം മുഴക്കി സമൂഹത്തെ മാറ്റി മറിച്ച നവോത്ഥാന പോരാളികളുടെ ജീവിതവും ഇടപെടലുകളുമാണ് നവോത്ഥാന പരമ്പരയിൽ സമാഹരിക്കുന്നത്. ശ്രീനാരായണ ഗുരു, ചാവറയച്ചൻ, വക്കം അബ്ദുൽ ഖാദർ മൗലവി, ചട്ടമ്പി സ്വാമികൾ, സഹോദരൻ അയ്യപ്പൻ, വാഗ്ഭടാനന്ദൻ, അയ്യങ്കാളി, വി.ടി ഭട്ടതിരിപ്പാട്, പി. കൃഷ്ണപിള്ള, ആര്യാപള്ളം തുടങ്ങി പത്ത് പേരാണ് ഈ പരമ്പരയിലുള്ളത്.

ഇത്തരമൊരു സംരംഭത്തിന് അകമഴിഞ്ഞ് പ്രോത്സാഹനമേകിയ സുമനസ്സുകളെ സ്നേഹപൂർവ്വം സ്മരിക്കുന്നു.യഥാസമയം പുസ്തകങ്ങൾ തയ്യാറാക്കി നൽകിയ പ്രിയ എഴുത്തുകാർക്ക് സ്നേഹം.

**സുമേഷ് ഇൻസൈറ്റ്**

# എതിർപ്പിന്റെ തീനാളം

**ദേവേശൻ പേരൂർ**

ബഹുസ്വരതയെ കുറിച്ചുള്ള നമ്മുടെ സമകാലിക സംഭാഷണങ്ങൾ ആരംഭിക്കുന്നതിന് എത്രയോ മുമ്പുതന്നെ ഭിന്ന വിചാരങ്ങളെ അർത്ഥവത്തായ മുന്നേറ്റങ്ങളായി ഉപയോഗിച്ചതിന്റെ പാഠം ലോകത്തിനു സമ്മാനിച്ച നാടാണ് കേരളം. നമ്മുടെ നവോത്ഥാനം ഈ ബഹുസ്വര വിചാരങ്ങളുടെ സഫലമായ ഏകോപനമായിരുന്നു

മനുഷ്യൻ എന്ന ഒറ്റ ഏകകത്തിലേക്ക് വെട്ടിയൊരുക്കിയ സവർണ്ണാഭിമുഖമായ പരിവർത്തനമായി നവോത്ഥാനത്തെ പുനർ വായിക്കുന്നുണ്ടെങ്കിലും മനുഷ്യനാകാൻ കൂട്ടാക്കാത്ത ഒരു ജനസഞ്ചയത്തെ മനുഷ്യത്വത്തിലേക്ക് ഉയർത്തി കൊണ്ടുവന്ന ധീരമുദ്ര തന്നെയാണ് നവോത്ഥാനം

*'അഹഹ സങ്കടമോർത്താൽ മനുഷ്യ ജന്മത്തേക്കാൾ /*
*മഹിയിൽദ്ദയനീയമായി മറ്റെന്തോന്നുള്ളൂ'*

എന്ന് കവിയെ കൊണ്ടു പറയിക്കുന്ന ഒരു ഭാവചേതന ഉയിർകൊള്ളുന്നത് നവോത്ഥാനപൂർവ കേരളത്തിലാണ്. മനുഷ്യരായി, മാനവ ബോധത്തിലേയ്ക്ക് ഉയരാനുള്ള ബഹുസ്വരമായ പരിശ്രമങ്ങളുടെ ആകെ തുകയാണ് കേരളീയ നവോത്ഥാനം. ഹാ! മനുഷ്യൻ എത്ര സുന്ദരമായ പദം എന്ന ഗോർക്കിയുടെ വാക്യം മലയാളി നെഞ്ചേറ്റുന്നത് നവോത്ഥാനത്തോടെയാണ്.

നമ്പൂതിരിയും നായരും ഈഴവനും സവർണനും അവർണ്ണനും കീഴാളനും മുസ്ലീമും ക്രിസ്ത്യാനിയും മനുഷ്യാവസ്ഥകൾക്കായുള്ള ഈ പരിശ്രമങ്ങളിൽ പങ്കാളികളായി. അക്കൂട്ടത്തിൽ ചിരസ്മരണീയമായ ഒരു പേരാണ് വാഗ്ഭടാനന്ദൻ. എതിർപ്പിന്റെ പര്യായമായിരുന്ന ആ മഹാത്മാവ്.

മത ധാർമ്മികതയിൽ നിന്ന് ആരംഭിച്ച് തൊഴിലാളി രാഷ്ട്രീയം വരെ വളർന്ന വടക്കിന്റെ ഗർജനമായിരുന്ന അദ്ദേഹം. നാരായണ ഗുരുവിനെ പോലും കാവിയുടുപ്പിക്കുന്ന ഈ കാലത്ത് വാഗ്ഭടാനന്ദനെ ഹിന്ദുത്വ രാഷ്ട്രീയശക്തിക്ക് തൊടാൻ കഴിയാത്തത് ആ മഹാത്മാവ് ഉയർത്തിനിർത്തിയ എതിർപ്പിന്റെ സമരോത്സുകത കൊണ്ടാണ്. അദ്ദേഹത്തിന്റെ ജീവിതത്തെ ആസ്പദമാക്കി ഒരു പുസ്തകം തയ്യാറാക്കാൻ എന്നെ താൽപര്യപ്പെടുത്തിയതും അദ്ദേഹത്തിന്റെ തീവ്രമായ നിഷേധചിന്തകളും പ്രവർത്തനങ്ങളും തന്നെയാണ്.

വാഗ്ഭടാനന്ദന്റെ ജീവിത ചരിത്രത്തിന്റെ ആഖ്യാനം മാത്രമല്ല ഈ പുസ്തകം. അദ്ദേഹത്തിന്റെ ഇടപെടലുകൾ, സൈദ്ധാന്തികമായ ഇടപെടലുകൾ, അദ്ദേഹത്തെക്കുറിച്ചുള്ള എഴുത്തുകൾ എന്നിങ്ങനെ 'ജീവിതം' 'പാഠം' 'പഠനം' എന്ന വിധം മൂന്നു ഭാഗങ്ങളായാണ് പുസ്തകം ക്രമീകരിച്ചിരിക്കുന്നത്. ഈ പുസ്തക രചനയിൽ എനിക്ക് പലരിൽ നിന്നും സഹായങ്ങൾ ലഭിച്ചിട്ടുണ്ട്. അതിൽ പ്രധാനപ്പെട്ടത് ആത്മവിദ്യാസംഘത്തിന്റെ മുൻനിര പ്രവർത്തകനായ ശ്രീ. പി.വി കുമാരൻമാസ്റ്ററുടെ സഹായമാണ്. ഗുരുദേവന്റെ ജീവചരിത്രവും സാഹിതീയവും സൈദ്ധാന്തികവുമായ ഇടപെടലുകളും എനിക്ക് അദ്ദേഹം നൽകുകയുണ്ടായി. ഞാൻ അദ്ദേഹത്തെ നന്ദിപൂർവം സ്മരിക്കുന്നു. ഇങ്ങനെയൊരു പുസ്തക രചനയ്ക്ക് ആവശ്യപ്പെട്ടത് എന്റെ പ്രിയ സുഹൃത്തും ഇൻസൈറ്റ് പബ്ലിക്കയുടെ എഡിറ്ററുമായ വി.പി. സുമേഷാണ്. സുമേഷിന് സ്നേഹം. പിന്നെ പ്രൂഫ് വായനയ്ക്കും മറ്റും എന്നെ പിന്തുണച്ച ഭാര്യ സവിത, മകൻ അമൻസവേദ് എന്നിവരോടുള്ള സ്നേഹവും ഉള്ളിൽ.

●

# ഉള്ളടക്കം



▸▸

# ജീവിതം

## സമർത്ഥനായ കുട്ടി

അത്യധികം ബുദ്ധിവൈഭവമുള്ള ഒരു കുട്ടിയായിരുന്നു കുഞ്ഞിക്കണ്ണൻ. വയലേരി ചീരു അമ്മയുടേയും തേനങ്കണ്ടിയിൽ വാഴവളപ്പിൽ കോരൻ ഗുരുക്കളുടേയും മകനായി 1884 ഏപ്രിൽ 29 (കൊല്ലവർഷം മേടം 14)ന് ജനിച്ചു. കോരൻ ഗുരുക്കൾ മകനെ പല ജ്ഞാന വൃദ്ധന്മാരുടെയും സമീപത്തേയ്ക്കും കൂട്ടിക്കൊണ്ടു പോവുമായിരുന്നു. ഒരു ദിവസം ധർമ്മാത്തിനടുത്ത് കൃഷ്ണസ്വാമികൾ വന്നിട്ടുണ്ടെന്ന് ഗുരുക്കൾ അറിഞ്ഞു. ആ സന്ന്യാസി വര്യനെ കാണുന്നതിനായി ഗുരുക്കൾ മകനെയും കൂട്ടികൊണ്ടു പോയി. അവിടം വലിയൊരു ആൾക്കൂട്ടമുണ്ടായിരുന്നു. ആ ശ്രേഷ്ഠനെ കാണുകയും സംശയനിവാരണം നടത്തുകയും ചെയ്യുക എന്നതായിരുന്നു പലരുടെയും ലക്ഷ്യം. ചിലരാവട്ടെ ഉപദേശം സ്വീകരിക്കുന്നതിനും വേണ്ടി മാത്രമായിരുന്നു എത്തിയത്. കോരൻ ഗുരുക്കളെയും മകനെയും കണ്ട കൃഷ്ണസ്വാമികൾ രണ്ടുപേരേയും തന്റെ സമീപത്ത് ഇരുത്തി. ഈ സമയംരസികനായൊരു സന്ദർശകൻ സ്വാമികളോടൊരു സംശയം ചോദിച്ചു.

'ശ്രീ ഹർഷ മഹാകവി നൈഷധീയ കാവ്യത്തിന്റെ പ്രാരംഭത്തിൽ 'ന' ശബ്ദം ഉപയോഗിച്ചത് ശരിയോ? അത് അമംഗളമല്ലോ?'

ഇതുകേട്ട സ്വാമികൾ പൊട്ടിച്ചിരിച്ചുകൊണ്ടു പറഞ്ഞു.

'ഇതാണോ സംശയം ഇതിനുള്ള മറുപടി ഇനി കുട്ടിപറയുമല്ലോ?'

ഇല്ലേ നീ പറയില്ലേ എന്ന് കുഞ്ഞിക്കണ്ണനോട് കൃഷ്ണസ്വാമികൾ ചോദിച്ചു.

'പറയും.'

കുഞ്ഞിക്കണ്ണൻ നിസ്സംശയം മറുപടി നൽകി.

'മംഗളാർത്ഥമോ അമംഗളാർത്ഥമോ?'

സ്വാമികൾ ചോദിച്ചു.

നിശബ്ദനായി ബാലൻ മറുപടി നൽകി.

'മംഗളാർത്ഥം.'

സ്വാമികളുടെ കൗതുകം വർദ്ധിച്ചു

'എന്താപ്രമാണം.'

'നിശബ്ദ സ്വഗതേ ബന്ധേ'

എന്ന് ആ ഏഴുവയസ്സുകാരൻ നിസ്സംശയം പറഞ്ഞു.

'നീ എവിടെ നിന്ന് ഇതൊക്കെ പഠിച്ചു.'

സ്വാമികൾ ആരാഞ്ഞു.

അച്ഛൻ കുട്ടികളെ പഠിപ്പിക്കുമ്പോൾ കേട്ടു പഠിച്ചതാണ് എന്നതായിരുന്നു അവന്റെ ഉത്തരം.

ആ കുഞ്ഞുബാലന്റെ പ്രകടനം എല്ലാവരെയും ആശ്ചര്യപ്പെടുത്തി. ഇവൻ മഹാവിദ്വാനായിത്തീരും എന്ന് സ്വാമികൾ അനുഗ്രഹിച്ചു. ഈ സന്ദർഭത്തിൽ കോരൻ ഗുരുക്കൾക്കുണ്ടായ സന്തോഷവും അഭിമാനവും പറഞ്ഞറിയിക്കാൻ കഴിയാത്തതായിരുന്നു

•

# ചെറിയഗുരുക്കൾ

ഏഴാമത്തെ വയസ്സിൽ കുഞ്ഞിക്കണ്ണൻ സംസ്കൃത പഠനം ആരംഭിച്ചിരുന്നു. പിതാവിൽ നിന്നാണ് ആദ്യപാഠങ്ങൾ പഠിച്ചിരുന്നത്. പറഞ്ഞുകൊടുക്കുന്നതൊക്കെയും അപ്പോൾ തന്നെ ഹൃദ്യസ്ഥമാക്കുന്ന സ്വഭാവക്കാരനായിരുന്ന ആ ബാലൻ. അനുസരണകേടിനോ പഠിക്കാതിരിക്കുന്നതിനോ പിതാവിന് ഒരിക്കലും മകനെ ശാസിക്കേണ്ടി വന്നിട്ടില്ല. മാഘം നൈഷധം ശാകുന്തളം തുടങ്ങിയ കാവ്യങ്ങളും കുവലയാനന്ദം, പ്രതാപരുദ്രിയം കാവ്യദർശം തുടങ്ങിയ അലങ്കാര ഗ്രന്ഥങ്ങളും പിതൃസന്നിധിയിൽ നിന്നു തന്നെ ആ ബാലൻ പഠിച്ചു.

പതിമൂന്നാമത്തെ വയസ്സിൽ കുഞ്ഞിക്കണ്ണൻ ഗുരുക്കളായി, കോരൻ ഗുരുക്കൾ കൈതേരി, പൂക്കോട്ട്, പാട്യം, പാനൂർ തുടങ്ങിയ പ്രദേശങ്ങളിൽ സംസ്കൃത പാഠശാലകൾ നടത്തിയിരുന്നു. കൃത്യാന്തരബാഹുല്യം നിമിത്തം എല്ലാപള്ളിക്കൂടങ്ങളുടെയും മേൽനോട്ടം അദ്ദേഹത്തിനു കഴിയാതെ വന്നു. അങ്ങനെ പാനൂരിലെ പാഠശാലയുടെ ഉത്തരവാദിത്വവും അധ്യാപകത്വവും അയാൾ പുത്രനെ ഏൽപിച്ചു. ആ സംഭവത്തിനുശേഷം എല്ലാവരും അവനെ ചെറിയ ഗുരുക്കൾ എന്നു വിളിക്കാൻ തുടങ്ങി. കോരൻ ഗുരുക്കളെ വലിയ ഗുരുക്കളെന്നും. പിന്നീട് കുഞ്ഞിക്കണ്ണൻ പി.കെ ഗുരുക്കൾ എന്ന പേരിൽ അറിയപ്പെടാൻ തുടങ്ങി.

•

# ജിജ്ഞാസു

ഗുരുനാഥൻമാരുടെ അടുക്കൽ നിരന്തരമിരുന്ന് പഠിക്കുന്നരീതി വി.കെ ഗുരുക്കൾക്കുണ്ടായിരുന്നില്ല. ഗ്രന്ഥങ്ങൾ ഓരോന്നും വായിച്ച് സംശയങ്ങളുള്ള ഇടം അടയാളപ്പെടുത്തിവെയ്ക്കും. പിന്നീട് ഗുരുനാഥൻമാരെ സമീപിച്ച് സംശയനിവാരണം തീർക്കും. അനന്ത മായ ശാസ്ത്രത്തെ അറിയുന്നതിൽ ജിജ്ഞാസുവായിരുന്ന കുഞ്ഞിക്ക ണ്ണൻ.

ഗുരുക്കളുടെ പതിനാലാം വയസ്സിലുണ്ടായ ഒരു സംഭവം ഏറെ ശ്രദ്ധേയമാണ്.

കോട്ടയം കോവിലകത്ത് ഭർത്തൃഹരിയുടെ വാക്യപദീയമെന്ന വ്യാകരണ ഗ്രന്ഥമുണ്ടെന്ന് അദ്ദേഹം അറിഞ്ഞു. അതുവായിക്കണമെ ന്ന് അദ്ദേഹത്തിന് കലശലായ ആഗ്രഹം ജനിച്ചു. പക്ഷേ എങ്ങനെ അതു ലഭിക്കും. കോവിലകവുമായി ബന്ധമുള്ള ഒരു ഗുരുക്കളെ(ദാരു ഗുരുക്കൾ) തേടിപിടിച്ച് അദ്ദേഹം കോവിലകത്തെത്തി. ദാരുഗുരു ക്കളെയും വി.കെ. ഗുരുക്കളെയും കണ്ട കോവിലകത്തെ രാമവർമ്മ തമ്പുരാൻ ഈ കുട്ടി ഏതാണെന്ന് അന്വേഷിച്ചു.

'കുട്ടിയല്ല ഗുരുക്കളാണ്''
ദാരുഗുരുക്കൾ മറുപടി പറഞ്ഞു

'ഗുരുക്കളോ ഇവനോ?'
തമ്പുരാൻ അത്ഭുതപ്പെട്ടു.

ദാരുഗുരുക്കൾ കാര്യങ്ങളെല്ലാം തമ്പുരാനുമുമ്പിൽ വിശദമായി പറഞ്ഞു. രണ്ടു പേരെയും സ്വീകരിച്ചിരുത്തിയ തമ്പുരാൻ നൈഷധീ യകാവ്യത്തിലെ ഒന്നാമത്തെ 'നിപീയ യസ്യക്ഷിതി' എന്ന ശ്ലോകം വ്യാഖ്യാനിക്കാൻ കുഞ്ഞിക്കണ്ണനോട് ആവശ്യപ്പെട്ടു.

പ്രകൃതാർത്ഥത്തോട് സംബന്ധിച്ച് ശിവപരമായും വിഷ്ണുപര മായും അപൂർവാർത്ഥങ്ങൾ ആ കൗമാരക്കാരൻ വിശദീകരിച്ചതു

കേട്ടപ്പോൾ തമ്പുരാൻ അതിരറ്റ് സന്തോഷിച്ചു. കോവിലകത്തുള്ള എല്ലാ ഗ്രന്ഥങ്ങളും നോക്കുന്നതിന് എല്ലാ സൗകര്യങ്ങളും ചെയ്തു കൊടുക്കുകയും ചെയ്തു. ഒടുക്കം വിദ്വാൻമാരെയും കവികളെയും കുഴക്കിയതും അതുവരെ ആരും പൂരിപ്പിക്കാത്തതുമായ ഒരു സമസ്യ കുഞ്ഞിക്കണ്ണന്നു നൽകി.

"ക്ഷീരാം ഭോദിയിലാനമുട്ടയിൽ മുയൽ കുട്ടിക്കു കൊമ്പായിരം"

ഇതായിരുന്നു നാലാം പാദം. പ്രത്യക്ഷത്തിൽ പരസ്പരം അന്വയമില്ലാത്ത പദങ്ങളുടെ സമാഹാരമായ ഈ സമസ്യ കഥാനായകൻ ഒന്നുരണ്ടു തവണ വായിച്ചതിനു ശേഷം സമസ്യ അനായാസം പൂരിപ്പിച്ചു.

*ശ്രീനാരായണനങ്ങു ശ്രുണ്ഡികലരും*
*വൻജീവിയേതേതിലോ*
*കോഴിക്കുഞ്ഞു വസിച്ചിടുന്നു ശശമെ-*
*ന്നാരാവമാർക്കുബലം*
*ശൃംഗത്തിൻ മലയാളമെന്തുതലയോ*
*ശേഷന്നു കേളെത്രയാം*
*ക്ഷീരാം ബോധിയിലാന മുട്ടയിൽ മുയൽ*
*കുട്ടിക്കു കൊമ്പായിരം.*

ഈ പൂരണം തമ്പുരാനെ ആശ്ചര്യപരതന്ത്രനാക്കി. വാക്യവദീയമടക്കം കുറെ ഗ്രന്ഥങ്ങളും സമ്മാനമായി നൽകി. കോവിലകത്തുനിന്നു കഴിയാവുന്ന സഹായങ്ങൾ നൽകാമെന്ന് വാഗ്ദാനവും ചെയ്തു.

●

# താർക്കികൻ

പണ്ഡിതൻമാരുമായി തർക്കത്തിൽ ഏർപ്പെടുക എന്നത് വി.കെ. ഗുരുക്കൾക്ക് വലിയ താല്പര്യമായിരുന്നു. തർക്കം അദ്ദേഹത്തിന് ഒരു വിനോദമായിരുന്നില്ല. പഠിച്ചുറപ്പിച്ച കാര്യങ്ങൾ പണ്ഡിതൻമാരുമായി മാറ്റുരച്ച് നിഷ്കൃഷ്ടമാക്കിയെടുക്കുക എന്നതായിരുന്നു അദ്ദേഹത്തിന്റെ ലക്ഷ്യം.

വി.കെ. ഗുരുക്കൾക്ക് പതിനാലുവയസ്സുള്ള കാലത്ത് ഉത്തര കേരളത്തിലെ പ്രസിദ്ധമായ പെരളശ്ശേരി ക്ഷേത്രത്തിൽ ഉത്സവം നടക്കുന്ന സമയം. അതിവിശിഷ്ടനും വിദ്യാൻമായ ഒരു പണ്ഡിതൻ അവിടെ എത്തിയിട്ടുണ്ടെന്നു ഗുരുക്കൾ അറിഞ്ഞു. അദ്ദേഹത്തെകണ്ട് കാര്യങ്ങൾ ചർച്ച ചെയ്യാമെന്നുകരുതി തന്റെ സുഹൃത്തായ എ.സി കുഞ്ഞിരാമൻ ഗുരുക്കളോടൊപ്പം കുഞ്ഞിക്കണ്ണൻ പുറപ്പെട്ടു. എന്നാൽ ഒരു ശൂദ്രനോട് ഒരു ബ്രാഹ്മണ പണ്ഡിതൻ സംഭാഷണത്തിന് തയ്യാറല്ലെന്ന് പറഞ്ഞ് ഗുരുക്കളെ മടക്കി. നിരാശനായ ഗുരുക്കളും എ.സിയും ക്ഷേത്രത്തിന്റെ പടിഞ്ഞാറുവശം ഏതാനും ദൂരമകലെയുള്ള ആൽത്തറയിൽ കയറിയിരുന്നു. അക്കാലത്ത് പാടില്ലാത്ത ഒരു നടപടിയായിരുന്നു അത്. പാരമ്പര്യത്തെയും കീഴ്നടപ്പുകളെയും ധിക്കരിക്കുന്നതിനെതിരെ പലരും രോഷാകുലരായി

'അയിത്തജാതിക്കാർക്ക് ഇവിടെ ഇരുന്നുകൂട'

ചിലർ ഗുരുക്കളെ അറിയിച്ചു.

'ഹിന്ദുമതത്തിൽ എവിടെയാണ് ജാതി വിധിച്ചിരിക്കുന്നത് അതു തെളിയിച്ചാൽ ഞാൻ ഇറങ്ങികൊള്ളാം.'

ഗുരുക്കൾ നിർഭയമായി പറഞ്ഞു. ഗുരുക്കളുടെ ചോദ്യങ്ങൾക്ക് ഉത്തരം പറയാൻ കഴിയാതെ വന്നവർകുഴങ്ങി. കവികുലമണിയായ കുട്ടിയപ്പ നമ്പ്യാർ കാര്യം അറിഞ്ഞ് അവിടെയെത്തി. വടക്കെ മലബാറിലെ പണ്ഡിതനായിരുന്ന കവിമണി കുട്ടിയപ്പ നമ്പ്യാർ

കവിമണിയെ കണ്ടതോടെ ആളുകളുടെക്ഷോഭം ഒന്നടങ്ങി. കുട്ടിയപ്പ നമ്പ്യാർ ജാതിയെ കുറിച്ചൊന്നും പറയാതെ ഇങ്ങനെ പറഞ്ഞു.

"ഈ ആൽത്തറ ഉത്സവാവസരം വിദ്വാൻമാർക്കിരിക്കാനുള്ളതാണ്. സാധാരണക്കാർക്ക് ഇവിടെ ഇരുന്നുകൂടാ."

കുട്ടിയപ്പ നമ്പ്യാർ ഒരു യുക്തി ഉപയോഗിച്ചു.

'ഞാൻ വിദ്വാനല്ലെന്നുതെളിയിച്ചാൽ മതി ഉടനെ ഇറങ്ങികൊള്ളാം" എന്നായി ഗുരുക്കൾ.

കുട്ടിയപ്പ നമ്പ്യാർ ആകെകുഴങ്ങി. വാദപ്രതിവാദം തുടങ്ങിയാൽ ആളുകളുടെ ഇടയിൽ താൻ നാണം കെട്ടുപോകുമോ എന്ന് അയാൾ ഭയന്നു. ആളുകളുടെ നിർബന്ധം മൂലം കുട്ടിയപ്പ നമ്പ്യാർക്ക് ഗുരുക്കളുമായി വാദപ്രതിവാദത്തിൽ ഏർപ്പെടേണ്ടിവന്നു.

'ശ്രീരാമോദന്തം വായിച്ചിട്ടുണ്ടോ?'
കുട്ടിയപ്പ ചോദിച്ചു!

'ഉണ്ട്'
ഗുരുക്കൾ

'ശ്രീ പതീം പ്രണിവത്യാഹം എന്നു തുടങ്ങുന്ന ശ്ലോകം ഒരു വാക്യമാണോ?'

'അതെ, വാക്യമാണ്.'
ഗുരുക്കൾ

'വാക്യത്തിന്റെ ലക്ഷണമെന്ത്?'
കുട്ടിയപ്പ

'യോഗ്യതാകാംക്ഷാസത്തി'
ഗുരുക്കൾ

'ഒന്നാമത്തെശ്ലോകത്തിൽ ആസത്തിഉണ്ടോ?'
കുട്ടിയപ്പ

'ഉണ്ട്'
ഗുരുക്കൾ

'ആസത്തി എന്താണ്'
കുട്ടിയപ്പ

'ആകാംക്ഷിതവും യോഗ്യവുമായ പദങ്ങളുടെ മറവുകൂടാതെയുള്ള സ്ഥിതി'

ഗുരുക്കൾ

'ശ്രീപതീം പ്രണിപത്യാഹം ശ്രീവത്സാങ്കിത വക്ഷസം എന്നുള്ള വിശേഷണവിശേഷ്യങ്ങൾക്ക് മറവുകൂടാതെയുള്ള സ്ഥിതി (ആസത്തി)യില്ലല്ലോ?"

കുട്ടിയപ്പ

'ഉണ്ട്''

ഗുരുക്കൾ

'എവിടെ'

കുട്ടിയപ്പ

'ശബ്ദത്തിലല്ല ബുദ്ധിയിലാണ് അതിനുപ്രണാമം"

ഗുരുക്കൾ

*''സന്നിതിസ്സതി സംഭവേത്*
*ശബ്ദസവേക്ഷകഃ*
*അസംഭവേത്ബുദ്ധിവ്യപേക്ഷക"*

'സന്നിതി എന്നതു സംഭവിക്കുന്നിടത്തോളം ശബ്ദത്തെ അപേക്ഷിച്ചും സംഭവിക്കാത്തിടത്ത് ബുദ്ധിയെ അപേക്ഷിച്ചുമായിരിക്കും എന്നതാണിതിനർത്ഥം"

കുട്ടിയപ്പ നമ്പ്യാർ പിന്നെ ഒന്നും ചോദിച്ചില്ല. ഒട്ടേറെ പ്രമാണങ്ങൾ വർഷിച്ചു കൊണ്ട് ആ കുട്ടിപ്പണ്ഡിതൻ നൽകിയ ആ മറുപടി എതിരാളികളെക്കൂടി ആശ്ചര്യപ്പെടുത്തി. ഗുരുക്കളുടെ പാണ്ഡിത്യവും ധീരതയും ആളുകളെ അദ്ദേഹത്തോടടുപ്പിച്ചു. ഗുരുക്കൾ ജനങ്ങളോടിങ്ങനെ പറഞ്ഞു.

''ഞങ്ങൾ യാതൊന്നും കരുതി ഇവിടെ ഇരുന്നതല്ല. ചിലർ ഞങ്ങളെ ഭീഷണിപ്പെടുത്തി ഇറക്കിക്കളയാമെന്നു കരുതി. അതു നടക്കുകയില്ലെന്ന് അവരെ ബോധ്യപ്പെടുത്തണമെന്ന് ഞങ്ങളും നിശ്ചയിച്ചു. കാര്യം സാധിച്ചു. ഞങ്ങൾ ഇതാ പോകുന്നു"

എന്നാൽ ജങ്ങൾ അദ്ദേഹത്തോട് അവിടെ തന്നെ ഇരിക്കാൻ ആവശ്യപ്പെട്ടു. ആഗ്രഹിച്ചതുപോലെ ബ്രാഹ്മണ പണ്ഡിതനെ കാണാൻ കഴിഞ്ഞില്ലെങ്കിലും കവിമണികുട്ടിയപ്പ നമ്പ്യാരുടെ അനുഗ്രഹവും അഭിനന്ദനവും അദ്ദേഹത്തെ കൃതാർത്ഥനാക്കി.

•

# സർവശാസ്ത്ര പണ്ഡിതൻ

സർവശാസ്ത്രങ്ങളിലും നിഷ്ണാതനായിരുന്ന ഗുരുക്കൾ. ആയുർവേദം, ജ്യോതിഷം, കാവ്യാലങ്കാരം, വ്യാകരണ ശാസ്ത്രം എന്നിവയിലെല്ലാം മൗലികമായ പാണ്ഡിത്യം അദ്ദേഹത്തിനുണ്ടായിരുന്നു. ആത്മ പ്രകാശിതയിൽ പഠിച്ചുകൊണ്ടിരുന്ന വിദ്യാർത്ഥികൾക്ക് എല്ലാ ശാസ്ത്രങ്ങളിലുമുള്ള ജ്ഞാനം ഗുരുക്കൾ പകർന്നു കൊടുത്തു.

ഒരിക്കൽ ഒരു വൈദ്യവിദ്യാർത്ഥി അഷ്ടാംഗ ഹൃദയം മംഗള പദ്യത്തെ മുൻനിർത്തി ഒരു സംശയം ചോദിച്ചു. "രാഗാദികൾ (രാഗം മുതലായ) അഷ്ടരോഗങ്ങൾ എന്നു പറഞ്ഞിരിക്കെ 'ഔത്സുക്യമോഹാരതിദാൻ" എന്ന വിശേഷണം ആവശ്യമുണ്ടോ? മോഹം അഷ്ടരോഗങ്ങളിൽ ഒന്നല്ലേ?" ഉടനെ തന്നെ ഗുരുക്കളുടെ മറുപടിവന്നു 'രാഗാദി രോഗാഃ എന്നതിനു രാഗാദയശ്ച രോഗാഃ എന്നും രാഗദയ ഏവരോഗാഃ' എന്നും വിഗ്രഹിക്കാം. രാഗാദയഃ രാഗദ്വേഷശ്ചയലോഭഃ എന്നു മാത്രമേ വിവക്ഷയുള്ളൂ. അഷ്ടരാഗങ്ങളിൽ രാഗ്ദ്വേഷശ്ച ലോഭശ്ച ത്രയമേവ മഹാവിഷഃ നിർവിഷോ ഭഗവാൻ ബുദ്ധൗ രാഗദ്വായേന നാശിതാഃ എന്നുണ്ട്. മഹാവിഷയങ്ങളായ രാഗദ്വേഷങ്ങൾ ഔത്സുക്യാദിയെ ഉണ്ടാക്കുന്നവയാണ്. ഔത്സുക്യാദികൻ രാഗാദികളെ ഉണ്ടാക്കാൻ സമർത്ഥങ്ങളല്ല.

ഗണിതം, സംഹിത, ഹോരാ എന്നീ മൂന്നു സ്കന്ദങ്ങളോടുകൂടിയ ജാതകം, ഗോളം, നിമിത്തം, പ്രശ്നം, മുഹൂർത്തം എന്നീ ആറു അംഗങ്ങളോടുകൂടിയ വേദ ചക്ഷുസ്സാകുന്ന ജ്യോതിശാസ്ത്രത്തിലെ എല്ലാ വിഭാഗങ്ങളെയും യഥോചിതം കൈകാര്യം ചെയ്യാനുള്ള അഗാധമായ ജ്ഞാനം ഗുരുവിനുണ്ടായിരുന്നു. അലങ്കാര ശാസ്ത്രത്തിലും അദ്ദേഹത്തിന്റെ അറിവ് അപാരമായിരുന്നു.

*'ശബ്ദാർത്ഥയോ പ്രസിധ്വാവാ*
*കവേ: പ്രൗഢിവ ശേനവാ*
*ഹാരിദിവലങ്കാരം:*

*സന്നിവേശോമനോഹരഃ'*

ജയദേവരുടെ ചന്ദ്രലോകം എന്ന അലങ്കാരശാസ്ത്രത്തിലെ ഒരു കാരികയാണിത്. ഇതിലെ 'സന്നിവേശോ മനോഹരഃ" എന്ന അംശത്തെപറ്റി പണ്ഡിതൻമാർ രണ്ടുപ്രകാരത്തിൽ വ്യാഖ്യാനിക്കുന്നു. ഒന്ന് സന്നിവേശ പ്രതിവാദിതമായ മനോഹാരിതയാണ് അലങ്കാരം എന്നും മനോഹരമായ സന്നിവേശമാണ് അലങ്കാരമെന്നുമുള്ളതാണ് അഭിപ്രായഭേദങ്ങൾ. ഒന്നാമത്തെ വ്യാഖ്യാനമാണ് ശരിയെന്ന് ചിലർ പറഞ്ഞപ്പോൾ രണ്ടാമത്തെ വ്യാഖ്യാനമാണ് ശരിയെന്ന് മറ്റുചിലർ പറഞ്ഞു. രണ്ടും ശരിയാണെന്ന് മറ്റൊരുകൂട്ടർ വാദിച്ചു.

സന്നിവേശ പ്രതിപാദകമായ ഭംഗിയാണ് അലങ്കാരം എന്ന പക്ഷക്കാരനായിരുന്നു ഗുരുക്കൾ. രണ്ടാമത്തെ വ്യാഖ്യാന പ്രകാരം മനോഹരമായ സന്നിവേശമാണ് അലങ്കാരം എന്ന അർത്ഥമാണ് കിട്ടുക. അപ്പോൾ ഗുണങ്ങളിൽ നിന്ന് അലങ്കാരത്തിന് ഭേദമില്ലെന്നു വരും .ഈ തത്ത്വത്തെ ന്യായശാസ്ത്രം മുൻനിർത്തി ഗുരുക്കൾ സമർത്ഥിക്കുകയുണ്ടായി. ഇങ്ങനെ സർവശാസ്ത്രങ്ങളിലും നിഷ്ണിതനായിരുന്നു ഗുരുക്കൾ.

•

# ശിവയോഗിയുമായുള്ള സംഗമം

ബഹുദൈവ ആരാധനയെ എതിർക്കുന്ന ആളായിരുന്നു വി.കെ. ഗുരുക്കളുടെ പിതാവ് കോരൻ ഗുരുക്കൾ. പിതാവിന്റെ പാതയിൽ തന്നെയായിരുന്നു മകനും. ഏക ദൈവാരാധനയെ പ്രോ ത്സാഹിപ്പിച്ചു കൊണ്ടും ബഹു ദൈവാരാധനയെ എതിർത്തുകൊണ്ടും വി.കെ. ഗുരുക്കൾ പ്രവർത്തിച്ചുതുടങ്ങി.

ആയിടക്കാണ് 1910 മെയ്മാസം ബ്രഹ്മാനന്ദശിവ യോഗി കോഴിക്കോട് എത്തിച്ചേരുന്നത്. കോഴിക്കോട് തിയ്യൻമാരുടെ നേതൃത്വത്തിൽ ക്ഷേത്ര നിർമ്മാണ പ്രവർത്തനങ്ങൾ തകൃതിയായി നടന്നുവരുന്ന സന്ദർഭം കൂടിയായിരുന്നു അത്. കല്ലായി, മീഞ്ചന്ത, കുണ്ടൂപറമ്പ്, നടക്കാവ് തുടങ്ങിയ സ്ഥലങ്ങളിലെല്ലാം ശിവയോഗി ക്ക് അനുയായികൾ ഉണ്ടായിരുന്നു. ക്ഷേത്രാരാധനയെ എതിർത്തു കൊണ്ട് ശിവയോഗി നാട്ടുനീളെ പ്രസംഗിച്ചു നടന്നു. കോഴിക്കോട് ടൗൺഹാളിലും ബിംബാരാധനയെ എതിർത്തുകൊണ്ട് അദ്ദേഹം പ്രസംഗിക്കുകയുണ്ടായി. യാഥാസ്ഥിതികരായ ചില ക്ഷേത്ര വിശ്വാ സികൾ ക്ഷോഭാകുലരായി. ബ്രഹ്മാനന്ദ ശിവയോഗിയെ കഠിനമായി ആക്ഷേപിച്ചുകൊണ്ട് നഗരത്തിന്റെ പല ഭാഗങ്ങളിലും അവർ പോസ്റ്ററുകൾ പതിച്ചു. 'ഗഞ്ചാനന്ദ ശിവദ്രോഹി' എന്നും മറ്റുമായിരുന്നു പോസ്റ്ററുകളിൽ എഴുതിയിരുന്നത്.

കോഴിക്കോട് ടൗൺഹാളിൽ നടന്ന ശിവയോഗിയുടെ പ്രസംഗം യാഥാസ്ഥിതികർ അലങ്കോലപ്പെടുത്തി. അനാവശ്യമായ ചോദ്യ ങ്ങൾ ചോദിച്ചും ബഹളം വെച്ചും അവർ അദ്ദേഹത്തിന്റെ പ്രസംഗം തടസ്സപ്പെടുത്തി. ആൾക്കൂട്ടത്തിൽ വി.കെ.ഗുരുക്കളുടെയും ശിഷ്യൻമാ രുമുണ്ടായിരുന്നു. ഗുരു നിരീശ്വരവാദിയാണെന്നും മറ്റും അവർ പ്രച രിപ്പിച്ചു. പല ശിഷ്യൻമാരും പാഠശാലയിൽ വരാതായി. അങ്ങനെ കാരപ്പറമ്പിലെ ആത്മപ്രകാശ പാഠശാലയുടെ പ്രവർത്തനം മന്ദീഭ വിച്ചു. പക്ഷേ ഗുരുക്കൾക്ക് ഒരിളക്കവും ഉണ്ടായിരുന്നില്ല.

കാരപ്പറമ്പിനടുത്ത് ശിവയോഗിക്കും മലങ്കര രാമാനന്ദസ്വാമികൾക്കും കുറേ ശിഷ്യന്മാരുണ്ടായിരുന്നു. ശിവയോഗിയുടെ ശിഷ്യൻമാർ വിഗ്രഹാരാധനയിൽ തൽപ്പരരായിരുന്നില്ല. രണ്ടുപേരുടെയും ശിഷ്യൻമാർ തമ്മിൽ വലിയ തർക്കങ്ങൾ നടന്നു. ഗുരുക്കൾ ശിവയോഗിയുടെ ശിഷ്യൻമാർ പറയുന്നതാണ് ശരിയെന്ന് സമർത്ഥിച്ചു. ഇത് ഗുരുക്കൾക്കു നേരെയുള്ള എതിർപ്പുകൾ വർദ്ധിപ്പിച്ചു. എതിർപ്പുകൾ പരിഗണിക്കാതെ ഗുരുക്കൾ വിഗ്രഹാരാധനയുടെ നിരർത്ഥകതയെക്കുറിച്ച് കോഴിക്കോട് പലയിടങ്ങളിലായി പ്രസംഗിച്ചു.

ഗുരുക്കളുടെ നിലപാടുകളെ പറ്റി ശിഷ്യൻമാരിൽനിന്നും മനസ്സിലാക്കിയ ശിവയോഗി അദ്ദേഹത്തെ തന്റെ ആശ്രമത്തിലേയ്ക്ക് ക്ഷണിച്ചു. ഏതാനും ദിവസം ഗുരുക്കൾ ശിവയോഗിയുടെ പാലക്കാട്ടെ സിദ്ധാശ്രമത്തിൽ താമസിച്ചു. ആ അവസരങ്ങളിലൊക്കെയും സവർണ്ണരും അവർണരുമായ ആളുകൾ ശിവയോഗിക്കെതിരെ നടത്തുന്ന അപവാദപ്രചാരണങ്ങൾക്ക് ഗുരുക്കൾ സാക്ഷ്യം വഹിച്ചു. അത് അദ്ദേഹത്തെ വല്ലാതെ സ്വാധീനിച്ചു. അന്ധവിശ്വാസങ്ങളും അനാചാരങ്ങളും അകറ്റി സമൂഹത്തെ സവീകരിക്കാൻ ഇറങ്ങിപ്പുറപ്പെടണമെന്ന് ഗുരുക്കൾക്ക് തോന്നിയ മുഹൂർത്തങ്ങളായിരുന്നു സിദ്ധാശ്രമത്തിൽ വസിച്ചപോന്ന ഈ കാലം. ശിവയോഗിയുമായി സംഭാഷണങ്ങളിൽ ഏർപ്പെട്ട് ഗുരുക്കൾ അദ്ദേഹത്തെ തന്റെ ഗുരുവായി സ്വീകരിച്ചു.

●

# എതിർപ്പുകൾക്കുമുമ്പിൽ പതറാതെ

ക്ഷേത്രോരാധനയെയും ബിംബാരാധനയെയും എതിർക്കുന്നത് ഗുരുവിന് ധാരാളം ശത്രുക്കളെ സൃഷ്ടിച്ചു. കാരപ്പറമ്പിലെ തട്ടാരപ്പറമ്പിൽ അദ്ദേഹം നട്ടുനനച്ചു വളർത്തിയ കൃഷികളും മറ്റും ശത്രുക്കൾ നശിപ്പിച്ചു കളഞ്ഞു. ഗുരുക്കളെ ഇതുവല്ലാതെ വേദനിപ്പിച്ചു. തനിക്ക് ആശ്രയം തരുന്ന രാരുവിനെ വിട്ട് മറ്റൊരിടത്തേയ്ക്ക് പോവാൻ തന്നെ അദ്ദേഹം തീരുമാനിച്ചു. പക്ഷേ രാരു അതിനു സമ്മതിച്ചില്ല. യാഥാസ്ഥിതികരായ പ്രമാണിമാർ രാരുവിനെ ഭീക്ഷണിപ്പെടുത്തുക പോലും ഉണ്ടായി. പക്ഷേ രാരുവും അദ്ദേഹത്തിന്റെ പ്രിയ പത്നിയും അവരുടെ ദൃഢനിശ്ചയത്തിൽ നിന്ന് വ്യതിചലിക്കുകയുണ്ടായില്ല.

ഒരു ദിവസം ഗുരുക്കൾ പാഠശാലയിൽ വിശ്രമിക്കുകയായിരുന്നു. ഗുരുക്കൾക്ക് ഭക്ഷണവുമായിവരുന്ന വേലക്കാരനെ പ്രമാണിമാർ തടഞ്ഞു. കുറേ തേരട്ടകളെ തല്ലികൊന്ന് കറിയിൽ ഇട്ടു. കാര്യം വെളിപ്പെടുത്തിയാൽ കൊന്നുകളയുമെന്ന് ഭീക്ഷണിപ്പെടുത്തുകയും ചെയ്തു. ആ വേലക്കാരനാവട്ടെ ഭയം മൂലം ഭക്ഷണപാത്രം പാഠശാലയിൽ കൊണ്ടുചെന്നു സ്ഥലം വിട്ടു. കറിയിൽ അസാധാരണമായ കാഴ്ചകണ്ട ഗുരുക്കൾ ഞെട്ടിപ്പോയി. അതിനുശേഷം ഗുരുക്കൾ ഭക്ഷണം തട്ടാരയ്ക്കൽ വീട്ടിൽ ചെന്നു കഴിക്കാൻ തുടങ്ങി.

ശത്രുക്കൾ ഗുരുവിനെതിരായ പ്രചാരണം ശക്തമാക്കി. കാരപ്പറമ്പിലെപടിഞ്ഞാറുവശത്തു താമസിക്കുന്ന ആന്നൂർ നായൻമാരെ ആയുധമാക്കി അവർ പുതിയ തന്ത്രങ്ങൾ ആവിഷ്കരിച്ചു തുടങ്ങി.

കാരപ്പറമ്പിൽ താമസിക്കുന്ന ആന്നൂർ നായൻമാർ കുശവൻമാരും അന്ധരായ വിഗ്രഹപൂജകരുമാണെന്ന് ആക്ഷേപിക്കുന്ന ധാരാളം നോട്ടീസുകൾ പേരില്ലാതെ പ്രചരിപ്പിച്ചു. വിഗ്രഹാരാധനയെ എതിർക്കുന്ന ഗുരുക്കളും ശിഷ്യൻമാരുമാണ് ഇതിനു പിന്നിലെന്നു കൂടി പ്രചരിപ്പിച്ചു. യഥാർത്ഥ വസ്തുത മനസ്സിലാക്കാതെ ആന്നൂർ നായർമാരിൽ ഒരു വിഭാഗം ഗുരുക്കളോടു ചോദിക്കുന്നതിനുവേണ്ടി

ആക്രോശിച്ചുകൊണ്ടെത്തി. മാരാകായുധങ്ങളും മറ്റുമായി അവർ ആത്മപ്രകാശിക പാഠശാലവളഞ്ഞു. ഈ സമയത്ത് ഗുരുപുറത്തിറങ്ങരുതെന്ന് ശിഷ്യൻമാർ ആവശ്യപ്പെട്ടു. എന്നാൽ ഗുരുക്കളാവട്ടെ ഉടുവസ്ത്രം മാടിക്കുത്തിയുടുത്ത് അതിൻ മീതെ നേരിയ ഉത്തരീയം വരിഞ്ഞുകെട്ടി. ഒരു റൂൾവടി കക്ഷത്തിലൊതുക്കി മെതിയടി ചവിട്ടി ശബ്ദഘോഷത്തോടെ കെട്ടിടത്തിന്റെ മേലേ നിലയിൽ നിന്ന് കോണിയിറങ്ങി എതിരാളികളുടെ ഇടയിലൂടെ നിർഭയനായി തട്ടാരത്തു വീട്ടിലേക്ക് നടന്നുപോയി അവിടെനിന്നും ഒരു പുസ്തമെടുത്ത് പാഠശാലയിലെത്തി ശിഷ്യൻമാരെ പഠിപ്പിച്ചു. ആ യുവാവിന്റെ ധീരതകണ്ട് ആക്രമികൾ പകച്ചു നിന്നുപോയി. ഗുരുക്കൾ ഒന്നും സംഭവിക്കാത്തമട്ടിൽ ശിഷ്യൻമാരെ പഠിപ്പിച്ചു കൊണ്ടിരുന്നു. ആക്രമികളിൽ ചിലർ വന്ന് പാഠശാലയുടെ വാതിൽക്കൽ നിന്ന് ഗുരുക്കളോട് ഇങ്ങനെ ചോദിച്ചു. "ഗുരുക്കൾ ഞങ്ങളെ കുശവൻമാരെന്ന് ആക്ഷേപിച്ചു എന്നു കേട്ടല്ലോ. അതു നേരാണോ? അത് ഞങ്ങൾക്ക് വലിയ അപമാനമാണ്"

ഗുരുക്കൾ ഇങ്ങനെ മറുപടി നൽകി.

'അപമാനമോ, മൈസൂർ രാജാവിനെകുറിച്ച് കേട്ടിട്ടില്ലേ, അദ്ദേഹം കുശവൻവർഗത്തിൽപെട്ടവനാണ്. അപ്പോൾ അഭിമാനിക്കുകയല്ലേ വേണ്ടത്?' ഗുരുക്കളുടെ ഈ മറുപടി കേട്ട് അവർ ലജ്ജിച്ചു മടങ്ങിപ്പോയി.

ഗുരുവിനെ ദ്രോഹിക്കാനുള്ള എതിരാളികളുടെ ഓരോ ശ്രമങ്ങളും പരാജയപ്പെട്ടുപോയെങ്കിലും അവർ പുതിയ തന്ത്രങ്ങൾ മെനഞ്ഞു കൊണ്ടിരുന്നു. തട്ടാരശ്ശൽ വീട്ടുകാർക്ക് അവർ സമുദായ ഭ്രഷ്ട്കൽപിച്ചു. ജന്മിയെകൊണ്ട് പറമ്പ് മറ്റൊരാൾക്ക് ചാർത്തിക്കൊടുത്തു. രാരുവിനും കുടുംബത്തിനും വീട്ടും പുരയിടവും വിട്ട് ഇറങ്ങേണ്ടിവന്നു. രാരുവിന്റെ പുത്രൻ ശങ്കരൻ ജോലിചെയ്തിരുന്ന കാരപ്പറമ്പിലെ പിയേഴ്സ്‌ലസ്‌ലി മാനേജരെ സ്വാധീനിച്ച് ജോലിയിൽ അവന് പലവിധ ബുദ്ധിമുട്ടുകൾ സൃഷ്ടിച്ചു. ജോലി തുടരാൻ കഴിയാതെ ശങ്കരൻ രാജിവെച്ചു. ഇത് അറിഞ്ഞ ഗുരുക്കൾ ബ്രഹ്മ സമാജക്കാരനായിരുന്ന ലേബർ ഓഫീസറെ സമീപിച്ച് ശങ്കരന് ലേബർ ഓഫീസിൽ ഇൻസ്പെക്ടറുടെ ജോലി ശരിയാക്കിക്കൊടുത്തു.

ഗുരുക്കൾ ആരംഭിച്ച ധർമ്മ യുദ്ധത്തെ തുടർന്ന് ശിഷ്യൻമാരിൽ ഒരു വിഭാഗം എതിരാളികളുടെ കൂടെ ചേരുന്ന കാഴ്ച ഗുരുവിനെ വേദനിപ്പിച്ചു. *മനശാഞ്ചല്യശമനം* എന്ന കവിത പ്രമേയമാക്കിയത് ഗുരുവിന്റെ ഈ മനോദുഃഖമായിരുന്നു.

=

# വാഗ്ഭടനാവുന്നു

1910 മെയ് 11 ന് കോഴിക്കോട്ടെ ശ്രീകണ്ഠേശ്വരം ക്ഷേത്രത്തിന്റെ പ്രതിഷ്ഠാകർമ്മം നടക്കുകയായിരുന്നു. കർമ്മത്തിന്റെ തലേന്ന് സന്ധ്യമുതലേ ആളുകൾ ക്ഷേത്രത്തിലേയ്ക്ക് പ്രവഹിക്കാൻ തുടങ്ങി. ഭക്തജനങ്ങളുടെ സമയം പാഴാകരുതെന്ന് കരുതി രാത്രി ക്ഷേത്രത്തിൽ നാരായണീയം പാരായണത്തിന് ക്ഷേത്രകമ്മിറ്റി ഏർപ്പാടുചെയ്തു. സാമൂതിരികോളേജിലെ ഒരു സവർണപണ്ഡിതനെയാണ് അതിനായി നിയുക്തനാക്കിയിരുന്നത്. എന്നാൽ അവിചാരിതമായി അയാൾക്ക് എത്തിപ്പെടാൻ കഴിഞ്ഞില്ല. പകരം വി.കെ. ഗുരുക്കളെ ക്ഷണിക്കാമെന്ന് ക്ഷേത്രഭാരവാഹികൾ കരുതി. എന്നാൽ വിഗ്രാഹാരാധനയെ നിരന്തരം എതിർക്കുന്ന ഒരാളെ ക്ഷേത്രത്തിൽ പ്രവേശിപ്പിക്കുന്നത് ശരിയല്ല എന്ന് ഒരു വിഭാഗം ശക്തമായി വാദിച്ചു.

കേരളത്തിലെ തിയ്യരുടെ ഇടയിൽ ഏറ്റവും പ്രസിദ്ധനായ കല്ലിമഠത്തിലെ മൂപ്പൻ രാരിച്ചൻമൂപ്പൻ വി.കെ ഗുരുക്കളെ ക്ഷേത്രത്തിൽ കാലുകുത്താൻ പോലും അനുവദിക്കരുതെന്ന് അഭിപ്രായപ്പെട്ടു. പ്രതിഷ്ഠാകർമ്മം നന്നായി നടന്നു. വി.കെ. ഗുരുക്കൾക്കെതിരെ എതിരാളികൾ ശക്തമായ പ്രചാരണം നടത്തിവരുന്ന സന്ദർഭം കൂടിയായിരുന്നു ഇത്. പ്രതിഷ്ഠാകർമ്മത്തോടെ ഒരു വിഭാഗം വിശ്വാസികളിൽ വലിയ ഉണർവുണ്ടായി. അവർ വി.കെ. ഗുരുക്കളുടെ ചിന്താഗതികളെ നിലം പരിശാക്കുന്നതിനുവേണ്ടി ഒരു പണ്ഡിതനുമായി സംവാദം നടത്താൻ ഗുരുക്കളെ വിളിക്കാൻ തീരുമാനിച്ചു. ഈ വഴിയിലൂടെ അയാളെ പരാജയപ്പെടുത്തി ശല്യമൊഴിവാക്കാമെന്നാണ് അവർ കരുതിയിരുന്നത്.

മഹാപണ്ഡിതനായ ഒരു ശാസ്ത്രികളെയാണ് സംഘാടകർ കൊണ്ടുവന്നത്. ഗുരുക്കളും ശാസ്ത്രികളും തമ്മിലുള്ള വാദപ്രതിവാദം കേൾക്കുന്നതിനായി ജനങ്ങൾ കോഴിക്കോട് ടൗൺ ഹാളിൽ തിങ്ങിക്കൂടി. വാദപ്രതിവാദത്തിനുമുമ്പുതന്നെ ഗുരുക്കളും ശാസ്ത്രികളും വൈരാഗി

മഠത്തിൽ വെച്ച് പരിചയപ്പെട്ടു. മീമാംസാശാത്രത്തെപറ്റിസംസാരിച്ചു. ജൈമിനിയത്തിലെ ശബ്ദസിദ്ധാന്തമായിരുന്നു വിഷയം. അൽപസമയം കൊണ്ടുതന്നെ ഗുരുക്കളുടെ പാണ്ഡിത്യം മനസ്സിലാക്കിയ ശാസ്ത്രികൾ ടൗൺഹാളിൽ വെച്ച് ശാസ്ത്രകാര്യങ്ങളിലേയ്ക്ക് കടക്കാതെ ചില മൗലിക യുക്തികൾകൊണ്ട് ഗുരുക്കളെ പരാജയപ്പെടുത്താൻ ശ്രമിച്ചു. എന്നാൽ ഗുരുക്കളാവട്ടെ തന്റെ ആദർശസിദ്ധാന്തങ്ങൾ ശാസ്ത്രീയമായി വിശകലനം ചെയ്ത് രണ്ടരമണിക്കൂർ നേരം പ്രസംഗിച്ചു. കരുതിവെച്ച ന്യായങ്ങളൊന്നും പുറത്തെടുക്കാൻ ശാസ്ത്രികൾക്ക് കഴിഞ്ഞില്ല.

വിഗ്രഹാരാധനയെ സമർത്ഥിക്കുകയായിരുന്നു ശാസ്ത്രികളുടെ കർത്തവ്യം. അതിനുവേണ്ടി ദുർബലമായ ചില ന്യായവാദങ്ങൾ മാത്രമാണ് അയാൾക്ക് പറയാൻ കഴിഞ്ഞത്. ശാസ്ത്രികൾ ഇങ്ങനെ പറഞ്ഞു. "എല്ലാവരും നിത്യവും വിഗ്രഹാരാധന ചെയ്യുന്നു. വിഗ്രഹാരാധന നിഷേധിക്കുന്ന ഗുരുക്കളും വിഗ്രഹാരാധന ചെയ്യുന്നു. എന്നിട്ടും അതു പാടില്ലെന്നു പ്രചരിപ്പിക്കുന്നു. അത് വിരോധാഭാസമല്ലേ? വിഗ്രഹം എന്നതിന് ശരീരം എന്നും അർത്ഥമുണ്ട്. നാം കുളിക്കുന്നു, സുഗന്ധദ്രവ്യങ്ങൾ പൂശുന്നു. ആഹാരം കഴിക്കുന്നു. ഇവയെല്ലം വിഗ്രഹാരാധനയാണ്. ഗുരുക്കളും ഇതെല്ലാം ചെയ്യുന്നുണ്ട്. എന്നിട്ടും വിഗ്രഹാരാധന തെറ്റാണെന്നു പറയുന്നതിൽ എന്തർത്ഥമാണുള്ളത്?"

എന്നാൽ ഇതിന് ഗുരുക്കൾ ഗംഭീരമായിതന്നെ മറുപടി പറഞ്ഞു "ശാസ്ത്രികളെ കുറിച്ചോർത്ത് എനിക്കു ദുഃഖം തോന്നുന്നു. വിഗ്രഹത്തിന് ശരീരമെന്നും പ്രതിമയുദ്ധം, ആകൃതി, ഭാഗം, ഹസ്താരം തുടങ്ങി പലവിധഅർത്ഥങ്ങളുമുണ്ട്, വിവാദ വിഷയമായ വിഗ്രഹം കൊണ്ട് വിവക്ഷിക്കുന്നത് ശരീരമല്ല. പ്രതിമയേയോ വിഗ്രഹത്തേയോ ആണ്. വിവക്ഷിതത്തിനു വിപരീതമായ ഭക്ഷണം പാകം ചെയ്തു. അപ്പോൾ ഉപ്പില്ലെന്നുകണ്ടു. അടുത്തുനിൽക്കുന്ന ശിഷ്യനോട് 'സൈന്ധവമാനയ' എന്നു കൽപിച്ചു. സൈന്ധവശബ്ദത്തിന് കുതിര എന്ന ഒരർത്ഥം കൂടി ഉള്ളതുകൊണ്ട് ശിഷ്യൻ ഗുരുവിന് എവിടെയെങ്കിലും പോകേണ്ടിവരും എന്നു കരുതി കുതിരയെകൊണ്ടുവന്നു. പ്രകരണ ബന്ധം കൊണ്ട് ഇവിടെ സൈന്ധവ ശബ്ദത്തിന് ഉപ്പെന്നാണ് അർത്ഥമെന്ന് ശിഷ്യനു മനസ്സിലാക്കാൻ കഴിഞ്ഞില്ല. ഉപ്പുകിട്ടാത്ത ഗുരു ശിഷ്യനെ വിഡ്ഢിയെന്നു വിളിച്ചു. ആ ശിഷ്യനു തുല്യനായേ ഈ ശാസ്ത്രികളെ നമുക്കു കാണാൻ കഴിയുന്നുള്ളൂ. ഇനി ശാസ്ത്രികൾ സ്വീകരിച്ച അർത്ഥം തന്നെ എടുത്താലും വിഗ്രഹരാധന സാർത്ഥകമായിത്തീരുമോ? കുളി തുടങ്ങിയ ആരാധന ശരീരത്തിനു നല്ലതാണ്. അതുകൊണ്ട് ബിംബങ്ങൾക്ക് എന്തു പ്രയോജനം?

കുളി ശരീരത്തിന് ഉൻമേഷവും ആരോഗ്യവും പ്രദാനം ചെയ്യും. വസ്ത്രധാരണം സുഖവും സംതൃപ്തിയും നൽകും. ആഹാരം വിശപ്പകറ്റും, ശരീരത്തിന് പോഷണം നൽകും. സുഗന്ധ വസ്തുക്കളുടെ ലേപനം ശരീരത്തിന് സൗരഭ്യം പകരും. എന്നാൽ വിഗ്രഹങ്ങളെ കുളിപ്പിക്കുകയും മാലചാർത്തുകയും ചന്ദനം പൂശുകയും അവയ്ക്ക് നൈവേദ്യവും മറ്റും നൽകുകയും ചെയ്തിട്ട് ഇന്നേവരെ ഏതെങ്കിലും ബിംബങ്ങൾക്ക് വല്ലവികാരവും ഉണ്ടായിട്ടുണ്ടോ? അതുകൊണ്ടുതന്നെ ശരീരാധന സാർത്ഥകവും ബിംബാരാധന നിരർത്ഥകവുമാണ്. വിഗ്രഹാരാധനയെ സമർത്ഥിക്കാൻ ശാസ്ത്രികൾ കൊണ്ടുവന്ന ഉദാഹരണം ദൃഷ്ടാന്തവിരോധംകൊണ്ട് ദൂഷിതമാണ്. തർക്കശാസ്ത്രത്തിൽ അല്പം പരിചയമുള്ളവർക്കുപോലും അത് അതിരോഹിതമായിരിക്കും", വി.കെ. ഗുരുക്കളുടെ പ്രകടനംകണ്ട് ബ്രഹ്മസമാജക്കാരും ആനന്ദ സമാജക്കാരും ആഹ്ലാദം കൊണ്ട് മതിമറന്നു.

ശാസ്ത്രികൾ അവസാനം തന്റെ പരാജയം സമ്മതിച്ചുകൊണ്ട് ഇങ്ങനെ പറഞ്ഞു 'ഗുരുക്കൾ ഇവിടെ പറഞ്ഞകാര്യങ്ങൾ യുക്തിയുക്തവും ശാസ്ത്രീയവുമാണ്. അതിനെ ഖണ്ഡിക്കുവാൻ എനിക്കു കഴിയുന്നില്ല. അതുകൊണ്ട് ഈ മാർഗം ശരിയെന്നു തോന്നുന്നവർ അതു സ്വീകരിച്ചു കൊള്ളട്ടെ. അതല്ല മറ്റേ മാർഗമാണ് ശരിയെന്നു കരുതുന്നവർ അത് അംഗീകരിച്ചുകൊള്ളട്ടെ.

ഗുരുക്കളുടെ എതിരാളികൾ നിരാശരായി. രാരിച്ചൻ മൂപ്പൻ സഭപിരിയുന്നതിനു മുമ്പെ തന്നെ സ്ഥലം വിട്ടു.

ഗുരുക്കളും ശാസ്ത്രികളും തമ്മിലുള്ള വാദപ്രതിവാദങ്ങളുടെ വാർത്ത ബ്രഹ്മാനന്ദശിവയോഗി പത്രങ്ങളിൽ നിന്നും ശിഷ്യൻമാരിൽ നിന്നും അറിഞ്ഞു. അദ്ദേഹം വളരെ സന്തോഷിച്ചു. എന്നിട്ട് ഗുരുക്കൾക്ക് ഒരു ആശംസ അറിയിച്ചു.

*'സരസ്വതീ സദ്ഭടനായി വാക്കിനാൽ*
*സദസ്സിനാനന്ദമതീവനൽകയാൽ*
*സുവാഗ്ഭടാനന്ദ വിശേഷ സംജ്ഞയേ*
*സുഖേന കൈകൊൾകജയിക്ക സംസദി'*

അന്നു മുതൽ വി.കെ. ഗുരുക്കൾ വാഗ്ഭടാനന്ദനായി.

●

# പരിവർത്തനത്തിനുള്ള സംവാദങ്ങൾ

വാഗ്ഭടാനന്ദന്റെ പ്രസംഗങ്ങൾ ആളുകളെ വളരെ സ്വാധീനിച്ചു പോന്നു. ഗുരുക്കളുടെ വാദങ്ങൾ രാരിച്ചൻ മൂപ്പനെ വല്ലാതെ പരിവർത്തിപ്പിച്ചു. ഗുരുക്കളെ എതിർത്തുപോന്ന കർമ്മഠൻമാരെ സഹായിച്ചുവന്നതിൽ രാരിച്ചൻ മൂപ്പർക്ക് പശ്ചാത്താപമുണ്ടായി. വിഗ്രഹാരാധന, ജാതിസമ്പ്രദായം എന്നിവ ഹിന്ദു സമൂഹത്തെ ദുഷിപ്പിക്കുന്നതാണെന്ന് അദ്ദേഹം മനസ്സിലാക്കി. പിന്നീട് ബ്രഹ്മസമാജത്തിൽ അംഗമാവുകയും അതിന്റെ പ്രചാരകനായിത്തീരുകയും ചെയ്തു. കോഴിക്കോട് ബ്രഹ്മസമാജത്തിന്റെ അധ്യക്ഷനായും പ്രവർത്തിച്ചു.

1914 ജനുവരി തത്വപ്രകാശികയിൽ നിന്നും വാഗ്ഭടാനന്ദൻ ഒരു പ്രസംഗയാത്രതന്നെ ആരംഭിച്ചു. ലോക പരിവർത്തനം ലക്ഷ്യമാക്കിയായിരുന്നു ഗുരുയാത്രതിരിച്ചത്. മംഗലാപുരം മുതൽ മദിരാശി വരെ പലസ്ഥലങ്ങളിലും പ്രസംഗിക്കുകയും വാദപ്രതിവാദത്തിൽ ഏർപ്പെടുകയും ചെയ്തു. മദിരാശിയിൽ എത്തിയശേഷം ഗുരുദേവൻ ഹൈക്കോടതി ജസ്റ്റിസ്സായിരുന്ന സർ സി.പി. ശങ്കരൻനായരെ സന്ദർശിച്ചു. ശങ്കരൻനായർ സന്തോഷത്തോടെ ഗുരുവിനെ സ്വീകരിച്ചു. എന്നാൽ വിഗ്രഹാരാധനയെ ഖണ്ഡിക്കുകയാണ് വാഗ്ഭടാനന്ദന്റെ ഉദ്ദേശ്യം എന്നു മനസ്സിലാക്കിയ ശങ്കരൻ നായർ തനിക്ക് സഹായങ്ങൾ നൽകാൻ കഴിയില്ലെന്ന് തുറന്നു പറഞ്ഞു. എങ്കിലും ശങ്കരൻ നായരുമായി അദ്ദേഹം സംഭാഷണം തുടർന്നുകൊണ്ടേയിരുന്നു. വാഗ്ഭടാനന്ദന്റെ സംസാരം അല്പനേരം കേട്ട ശങ്കരൻ തന്റെ അഭിപ്രായം മാറ്റി ഹിന്ദുമത നവീകരണത്തിനു വേണ്ട സഹായങ്ങൾ നൽകാമെന്ന് സമ്മതിക്കുകയും ചെയ്തു. മദിരാശിയിൽ വെച്ചു നടന്ന വിഗ്രഹാരാധന ഖണ്ഡന പ്രസംഗവേദിയിൽ അദ്ധ്യക്ഷത വഹിക്കുകയും ഉപസംഹാരപ്രസംഗത്തിൽ വിഗ്രഹാരാധന ആവശ്യമില്ലെന്ന് ഉറപ്പിച്ചു പറയുകയും ചെയ്തു.

ഗുരുവിന്റെ പ്രസംഗങ്ങൾ ആളുകളിൽ വലിയ പരിവർത്തനങ്ങൾ സൃഷ്ടിച്ചു. ഏറനാട് താലൂക്കിലെ ഫറോക്ക്, ഒളവണ്ണ തുടങ്ങിയ സ്ഥലങ്ങളിലെ പലരും വാഗ്ഭടാനന്ദന്റെ പ്രസംഗങ്ങൾകേട്ട് മാനസാന്തരം

വന്നവരോ അനുയായികളോ ആയിമാറി.

പനയ്ക്കൻ രാഘവൻ എന്ന തൊഴിലാളിയുടെ നേതൃത്വത്തിൽ കുറച്ചു ചെറുപ്പക്കാർ സംഘടിച്ച് മത പരിഷ്കരണ ശ്രമങ്ങൾക്ക് ഒരുങ്ങി. ബിംബാരാധനയ്ക്കും ജാതി വിവേചനത്തിനുമെതിരെ പരസ്യ മായിരംഗത്തു വരാൻ ഈ യുവജനസംഘം തയ്യാറായി. അതിനു മുന്നോടിയായി വാഗ്ഭടാനന്ദന്റെ ഒരു പ്രസംഗം നടത്താൻ അവർ തീർച്ചയാക്കി. ഗുരുവിനെ ക്ഷണിച്ചു. ധനാഢ്യൻമാരും യാഥാസ്ഥി തികരും ചേർന്ന് ഗുരുദേവന്റെ പരിപാടി അലങ്കോലപ്പെടുത്താൻ ശ്രമിച്ചു. എങ്കിലും രാഘവനും കൂട്ടരും പിൻവാങ്ങിയില്ല. അടുത്തുള്ള ഏതെങ്കിലും സ്ഥലത്ത് ഗുരുദേവന് പ്രസംഗിക്കും എന്ന് അവർ അറിയിച്ചു. ബഹളമുണ്ടാക്കി യോഗം കലക്കാനായിരുന്നു എതിരാ ളികളുടെ ശ്രമം. ഗുരുവും സംഘാടകരും വിശ്രമിച്ചിരുന്ന ഹോട്ടൽ മുറിക്കുമുമ്പിൽ നിന്ന് അവർ ഗുരുവിനെയും സംഘാടകരെയും ശകാ രിക്കുകയും ഭീഷണിപ്പെടുത്തുകയും ചെയ്തു. എങ്കിലും ഏതെങ്കിലും മരത്തണലിൽ നിന്നെങ്കിലും തനിക്കു ലോകത്തോടു പറയാനുള്ളത് പറഞ്ഞേതീരു എന്ന് വാഗ്ഭടാനന്ദൻ നിശ്ചയിച്ചു. അത് സംഘാ ടകരിൽ ആവേശം വളർത്തി. അവസാനം ഉള്ളാട്ടുതൊടി ചോയി എന്ന ഉൽപ്പതിഷ്ണുവിന്റെ ഓട്ടുകമ്പനിയുടെ മുന്നിൽ വെച്ച് ഗുരുദേവൻ പ്രസംഗിച്ചു. ആരാണ് യഥാർത്ഥ ഹിന്ദു എന്നായിരുന്നു ഗുരു പ്രസം ഗിച്ചത് പ്രസംഗം അലങ്കോലപ്പെടുത്താൻ ശത്രുക്കൾ കിണഞ്ഞു ശ്രമിച്ചെങ്കിലും ഒരു ഓലക്കുട പിടിച്ച ഒറ്റ മുണ്ടുടുത്ത ഒരു ദരിദ്രനായ ബ്രാഹ്മണൻ ആവേശഭരിതനായി പ്രസംഗവേദിയിൽ ഓടിക്കയറി. 'ഹിന്ദുവായി ജനിച്ച എന്റെ രണ്ടു കാതുകളും ഹിന്ദുമതം എന്താണെന്ന് കേൾക്കുന്നത് ഇന്നാണ്'' ചെലവൂർ അംശം നയനമ്പ്രനാരായണ ശർമ്മയായിരുന്നു ആ ബ്രാഹ്മണൻ. ഈ സംഭവം സവർണാവർണ പ്രമാണിമാരെ യഥാർത്ഥത്തിൽ ഇളിഭ്യരാക്കി.

മതപരിവർത്തനത്തിന് വിധേയരായ ആളുകൾ വേറെയും ധാരാ ളമുണ്ടായിരുന്നു. അതിൽ പ്രധാനിയായിരുന്നു അമ്പലപ്പുഴയിലെ പുറക്കാട് അഴിമുഖത്ത് ആണ്ടി അരയൻ.

തോട്ടപ്പള്ളിക്കടുത്ത് ചേന്നങ്കര എന്ന സ്ഥലത്ത് ചില ഉൽപ്പതിഷ്ണു ക്കൾച്ചേർന്ന് ഒരു സമ്മേളനം സംഘടിപ്പിച്ചു. ജാതിയെയും ബിംബാ രാധനയെയും ഖണ്ഡിച്ച് വാഗ്ഭടാനന്ദന്റെ പ്രസംഗമായിരുന്നു മുഖ്യപ രിപാടി. സവർണാവർണഭേദമില്ലാതെ മുഴുവൻ യാഥാസ്ഥിതികരും സമ്മേളനം എന്തു വിലകൊടുത്തും തടയണം എന്ന അഭിപ്രായക്കാ രായിരുന്നു. അതിനായി പുറക്കാട് അഴിമുഖത്ത് ആണ്ടി അരയന്റെ സഹായം തേടാൻ അവർ തീരുമാനിച്ചു. ആണ്ടി അരയൻ അരയ

സമുദായത്തിന്റെ മാത്രമല്ല അധഃസ്ഥിത സമുദായത്തിന്റെ മുഴവൻ അരചനായിരുന്നു. ബ്രാഹ്മണർ തുടങ്ങിയ സർണവിഭാഗവുമായി അദ്ദേഹത്തിന് സ്ഥിര സൗഹൃദവുമുണ്ടായിരുന്നു. ചേന്നങ്കര വെച്ച നടക്കാൻ പോകുന്ന സമ്മേളനം തടയുമെന്ന് അദ്ദേഹം പറഞ്ഞു.

സമ്മേളനത്തിന് ഒരു ദിവസം മുമ്പ് അവിടെ ഉയർന്ന പന്തൽ അരയൻ തന്റെ കിങ്കരൻമാരെക്കൊണ്ട് പൊളിച്ചുമാറ്റി. എന്തു ചെയ്യണമെന്നറിയാതെ സംഘാടകർ കുഴങ്ങി. വിവരമറിഞ്ഞ ഗുരുദേവൻ ഉറച്ച സ്വരത്തിൽ പറഞ്ഞു. "സാരമില്ല വിജ്ഞാപനമനുസരിച്ച് യോഗം നടക്കുന്നതാണെന്നും എതിർത്തു സംസാരിക്കാൻ ആഗ്രഹിക്കുന്നവർക്ക് സൗകര്യം നൽകുന്നതാണെന്നും അറിയിക്കുക." പ്രവർത്തകർ നാട്ടുനീളെ ചെണ്ടകൊട്ടി കാര്യം അറിയിച്ചു. നാട്ടുകാരുടെ ശക്തിമത്തായ എതിർപ്പിനെ അവഗണിച്ച് പ്രസംഗിക്കാനെത്തുന്ന ആ ധീര പുരുഷനെകാണാൻ ആണ്ടി അരയന് ആഗ്രഹമുണ്ടായി.

യോഗസ്ഥലത്ത് വൻ ജനാവലി നിറഞ്ഞു. വലിയതോതിലുള്ള പോലീസ് സന്നാഹവും ഉണ്ടായിരുന്നു. ഗുരുദേവൻ പ്രസംഗം ആരംഭിച്ചു. കണ്ടമാത്രയിൽ തന്നെ ആളുകൾക്ക് അദ്ദേഹത്തെ ഇഷ്ടപ്പെട്ടു. ആണ്ടി അരയൻ അകലെ ഒരു തൈതടത്തിൽ കസേരയിൽ ഇരിക്കുകയായിരുന്നു. വ്യാസഭഗവാനെ അവതരിപ്പിച്ചുകൊണ്ടാണ് ഗുരുദേവൻ തന്റെ സുദീർഘമായ പ്രസംഗം ആരംഭിച്ചത്. എരുമകാരത്തികളുടെ മുലകുടിച്ചു വളരുകയും കൗരവസദസ്സിൽ ദൂതിനു പോയപ്പോൾ ദുര്യോധനന്റെ രാജകീയ ക്ഷണത്തെ നിരസിച്ച് ശൂദ്രനായ വിദുരന്റെ ക്ഷണത്തെ സ്വീകരിച്ച് അദ്ദേഹത്തിന്റെ കരിക്കാടികൊണ്ട് തൃപ്തിപ്പെട്ട, മുക്കുവന്റെ മകന്റെ മകന് സ്വന്തം സഹോദരിയെ വിവാഹം ചെയ്തു കൊടുത്ത ശ്രീകൃഷ്ണന് ജാതിയുണ്ടോ? ഗുരുവിന്റെ ഇത്തരം ചോദ്യങ്ങൾ ആളുകളെ ഹർഷോന്മാദരാക്കി.

ആണ്ടി അരയനെ ഗുരുവിന്റെ പ്രസംഗം വല്ലാതെ സ്വാധീനിച്ചു. പശ്ചാത്താപവിവശനായി അദ്ദേഹം പ്രസംഗം കഴിഞ്ഞതിനുശേഷം ഗുരുവിന്റെ സമീപത്തുവന്നു. "അവിടുത്തെ ഒരു എളിയ ശിഷ്യനായി എന്നെ സ്വീകരിക്കണം" എന്നു അപേക്ഷിച്ചു.

പിറ്റേ ദിവസം രാവിലെതന്നെ അദ്ദേഹം ഗുരുദേവനെ സ്വന്തം ഭവനത്തിലേയ്ക്ക് കൂട്ടിക്കൊണ്ടുപോയി. രാജോചിതമായ വരവേൽപ്പ നൽകി. ആണ്ടി അരയൻ ഗുരുവിൽ നിന്നും ഉപദേശം സ്വീകരിച്ചു 1930-ൽ റാന്നി ആത്മവിദ്യാസംഘത്തിന്റെ വാർഷികോത്സവത്തിൽ അരയൻ അദ്ധ്യക്ഷം വഹിക്കുകയും ചെയ്തു.

•

# അയിത്തത്തിനും അനാചാരങ്ങൾക്കും എതിരെ

വിഗ്രഹാരാധനയ്ക്കും ക്ഷേത്രാരാധനയ്ക്കുമെതിരെയാണ് വാഗ്ഭടാനന്ദൻ തന്റെ ആദ്യകാല പരിശ്രമങ്ങളെല്ലാം നടത്തിയിരുന്നതെങ്കിൽ പിന്നീട് ഹിന്ദുമതത്തിനകത്തെ ജാതീയതയ്ക്കും അസമത്വങ്ങൾക്കുമെതിരെ അദ്ദേഹം രംഗത്തു വന്നു. മലബാറിലെ അനേകം പ്രദേശങ്ങളിൽ അനാചാര പ്രധ്വംസക സംഘങ്ങൾ രൂപം കൊണ്ടു. ജാതി, അയിത്തം, തീണ്ടൽ എന്നിങ്ങനെയുള്ള മനുഷ്യത്വരഹിതമായ വിവേചനങ്ങൾക്കെതിരെ വാഗ്ഭടാനന്ദന്റെ പ്രബോധനങ്ങൾ കേട്ട് യുവാക്കൾ രംഗത്തിറങ്ങി. തീയരെ മാത്രമല്ല താഴ്ന്ന ജാതിയിൽപെട്ട ഹരിജനങ്ങളെ പൊതുസ്ഥലങ്ങളിലും വിദ്യാലയങ്ങളിലും പ്രവേശിപ്പിക്കുന്നതിന്നും മറ്റു ഉൽപ്പതിഷ്ണുക്കളായ ഒരു കൂട്ടം യുവജനങ്ങൾ രംഗത്തിറങ്ങി. ഈശ്വരാരാധനയുടെ പേരിൽ ദുർദ്ദേവതമാരുടെ കോലം കെട്ടി കാവുകളിലും മറ്റും ആടുന്നതിനെയും ജന്തുബലി നടത്തുന്നതിനെതിരെയും പ്രവർത്തനങ്ങൾ സംഘടിപ്പിക്കപ്പെട്ടു.

വടക്കെ മലബാറിൽ തീയ്യരുടെ ഇടയിൽ വളരെ വ്യാപകമായിരുന്ന ഒരു അനാചാരമായിരുന്നു ഏറ്റും മാറ്റും. ജാതിസമ്പ്രദായത്തെ അരക്കിട്ടു ഉറപ്പിക്കുന്നതിനുവേണ്ടി യാഥാസ്ഥിതികർ ആചരിച്ചുപോന്നതായിരുന്നു ഇത്.

ഒരു കുടുംബത്തിൽ ജനിച്ചാലോ മരിച്ചാലോ ഉണ്ടാകുന്ന അശുദ്ധിയെയാണ് പുലയെന്നുപറയുന്നത്. സ്ത്രീകൾ ഋതുമതികളായാൽ അതിന് തീണ്ടാരി അശുദ്ധി എന്നു പറയും. ഈ അശുദ്ധി കുളിക്കുകയോ വസ്ത്രങ്ങൾ അലക്കുകയോ ചെയ്താൽ മാറും. എന്നാൽ യാഥാസ്ഥിതികർ അതിനെ അങ്ങനെയല്ല കരുതിപ്പോന്നത്. കുളിച്ചാലും വസ്ത്രമലക്കിയാലും തീരാത്ത അശുദ്ധിയാണിതെന്ന് അവർ കരുതി. അതിന്നുവേണ്ടി മറ്റുചില കർമ്മങ്ങൾ കൂടി ചെയ്യണമെന്ന് അവർ വിശ്വസിച്ചു. ആ കർമ്മങ്ങളാണ് ഏറ്റും മാറ്റും.

പുലബാധിച്ച കുടുംബത്തെയും വീടിനെയും കാവു തിയ്യൻ നിശ്ചിത ദിവസങ്ങൾക്കുശേഷം കറുകപ്പുല്ല് കരിക്കിൻ വെള്ളത്തിലോ മോരിലോ മുക്കി തളിക്കണം. അങ്ങനെ ചെയ്താൽ മാത്രമേ ആ കുടുംബവും ഭവനവും പുലനീങ്ങി ശുദ്ധിപ്രാപിക്കുകയുള്ളൂ. അതിനെയാണ് ഏറ്റ് എന്ന് വിളിച്ചിരുന്നത്. ഋതുമതിയായ സ്ത്രീ വീട്ടിലുള്ളവരെപോലും തൊടാതെ പ്രത്യേകം നിയുക്തമായ മുറിയിൽ മൂന്നു ദിവസം അശുദ്ധിബാധിച്ചവളായി കഴിഞ്ഞുകൂടണം. നാലാം നാൾ കുളിച്ച് മണ്ണാത്തിയുടെ അടുത്തെത്തി അലക്കിയ പഴയ വസ്ത്രമോ വസ്ത്രത്തിന്റെ തുണ്ടോ വാങ്ങി ധരിക്കണം. അതിനുശേഷം മാത്രമേ പെൺകുട്ടി പരിശുദ്ധി ഉള്ളവളായി തീരുകയുള്ളൂ. ഇതാണ് മാറ്റ്. ജാതി വ്യവസ്ഥയും വിവേചനങ്ങളും അരക്കിട്ട് ഉറപ്പിക്കുന്ന ഈ ഏറ്റുമാറ്റുകളെ ലംഘിക്കാൻ ഗുരുദേവൻ ജനങ്ങളെ ആഹ്വാനം ചെയ്തു.

●

# ആത്മവിദ്യാസംഘം ആവിർഭവിക്കുന്നു

തന്റെ സാമൂഹ്യപരിഷ്കരണ ശ്രമങ്ങൾക്ക് ഒരു സംഘം ആവശ്യമാണെന്ന് ഗുരുനാഥന് തോന്നിത്തുടങ്ങി. കേരളത്തിന്റെ നവോത്ഥാനത്തിന് അദ്വൈത സിദ്ധാന്തത്തിൽ അധിഷ്ഠിതമായ ഒരു പരിഷ്കരണ പ്രസ്ഥാനമാണ് വേണ്ടതെന്ന് അദ്ദേഹം വിശ്വസിച്ചു. അങ്ങനെ 1920 ഏപ്രിൽ 23 (മേടം 10ന്) കാരക്കാട് ആദ്യമായി ആത്മവിദ്യാസംഘം സ്ഥാപിച്ചു. കുഞ്ഞേക്കു ഗുരുക്കൾ. കുറുപ്പയിൽ കണാരൻ മാസ്റ്റർ, ധർമ്മധീരൻ, കയ്യാലച്ചേക്കു, അഴിക്കകത്ത് ആണ്ടി, വണ്ണാരൊടി പാലേരിച്ചന്തമ്മൻ തുടങ്ങിയ ധീരാത്മാക്കളുടെ നേതൃത്വത്തിലാണ് കേരളത്തിൽ ആദ്യമായി ആത്മ വിദ്യാസംഘം രൂപം കൊള്ളുന്നത്.

ആത്മ വിദ്യാസംഘത്തെക്കുറിച്ച് വാഗ്ഭടാനന്ദൻ ഇങ്ങനെ പറഞ്ഞു. "ഒരു മന്ദിരത്തിൽത്തന്നെ ഒന്നോരണ്ടോപേർ സത്യവാൻമാരായിതീർന്നെന്നിരിക്കട്ടെ ശേഷമുള്ളവർക്ക് അവരിൽ ബഹുമാനം തോന്നിയെന്നുമിരിക്കട്ടെ. എങ്കിലും അചരിക്കുക എന്ന ഭാരം ഒന്നു രണ്ടു പേരിൽ ചുമത്തിയാൽ ആ മന്ദിരം ശാന്തിക്കും സന്തോഷത്തിനും ആവാസമാകുന്നതാണോ? എല്ലാവരും സത്യത്തിനഭിമുഖമായി വരുമ്പോഴല്ലയോ അതിന്റെ അന്തരാളവും. പരിസരവും പ്രസന്നമാകുന്നത്. അതുപോലെ മനുഷ്യർ തങ്ങളുടെ ദിവ്യശക്തികളെ ഉണർത്താനും ഉല്ലസിക്കാനും ഒരുങ്ങിയാല്ലാതെ ഈ വിശ്വമന്ദിരം പ്രത്യാശയനുസരിച്ച് പ്രശാന്ത രമണീയമാകില്ല. ഇത് എത്രയും പരമാർത്ഥമാകുന്നു. ആകയാൽ എല്ലാവരും തങ്ങളുടെ ശക്തികളെ ഉണർത്തി എഴുന്നേൽക്കുക. തങ്ങൾ അശക്തർ എന്ന് മുറവിളിക്കുട്ടുന്നവർ ആരും ഇവിടെ ഉണ്ടാകരുത്. സകലരും ബോധമനോഹാരിതയോടെ ഉണരുകയും പ്രപഞ്ചപുരയുടെ അധിനായകനായ സർവേശ്വരനെ അനുസ്മരിക്കയും ചെയ്തുകൊണ്ട് ലോകത്തെ വിഷാദത്തിലാഴ്ത്തുന്ന അനീതികളെ ധീരധീരം എതിർത്തകറ്റണം"

ഈ ഉദ്ബോധനത്തെ പ്രതിധ്വനിപ്പിക്കുന്ന സന്ദേശം ആത്മ വിദ്യാ സംഘത്തിന്റെ മുദ്രാവാക്യമായി അംഗീകരിക്കുകയും ചെയ്തു.

*'ഉണരുവിൻ*
*അഖിലേശനെസ്മരിപ്പിൻ*
*ക്ഷണമെഴുന്നേൽപ്പിൻ*
*അനീതിയോടെതിർപ്പിൻ'*

•

# വീണ്ടും വിഗ്രഹാരാധനയ്ക്കെതിരെ

ബഹുദൈവ വിശ്വാസത്തിനും ക്ഷേത്രാരാധനയ്ക്കും വിഗ്രഹാരാധനയ്ക്കുമെതിരെയാണ് വാഗ്ഭടാനന്ദൻ തീവ്രമായി പ്രവർത്തിച്ചുപോന്നത്. അതിലൂടെ ഏകേശ്വര വിശ്വാസം വളർത്തിയെടുക്കുക, ഹിന്ദുസമുദായത്തെ നവീകരിക്കുക എന്നിവയായിരുന്നു ലക്ഷ്യം. ഗുരുദേവൻ പോയ ഇടങ്ങളിലെല്ലാം അദ്ദേഹം വിഗ്രഹാരാധനാവാദികളുമായി ഏറ്റുമുട്ടി.

സ്വാമി ആര്യഭടന്റെ ജന്മദേശമായ മംഗലത്തു നടന്ന സർവമത സമ്മേളനത്തിൽ ഗുരു തീവ്രമായി വിഗ്രഹാരാധനാവാദികളുമായി ഏറ്റുമുട്ടി. കുമാരനാശാനായിരുന്നു സമ്മേളനത്തിന്റെ അദ്ധ്യക്ഷൻ. വാഗ്ഭടാനന്ദൻ വിഗ്രഹാരാധനയെ ഖണ്ഡിച്ചു കൊണ്ട് ദീർഘമായി സംസാരിച്ചു. വാഗ്ഭടാനന്ദന്റെ അഭിപ്രായത്തോട് വിയോജിക്കുന്നവർക്ക് തങ്ങളുടെ അഭിപ്രായങ്ങൾ പറയാമെന്ന് ആര്യഭടൻ അറിയിച്ചു. പണ്ഡിതവര്യനായ രാമപൈ ഗുരുദേവനെ ഖണ്ഡിച്ചു കൊണ്ട് ചില അഭിപ്രായ പ്രകടനങ്ങൾ നടത്തി. അദ്ദേഹത്തിന്റെ അഭിപ്രായത്തിൽ മനസ്സ് ഈശ്വരനിൽ ലയിക്കാറില്ല. കാരണം ഈശ്വരൻ അരൂപിയാണ് അതുകൊണ്ട് ഈശ്വരാനുഗ്രഹത്തിനും ആരാധനയ്ക്കും സൗകര്യം നൽകുന്ന ഒരു രൂപസങ്കല്പം ആവശ്യമാണ്. ആ സങ്കല്പമാണ് വിഗ്രഹം. മറ്റൊന്ന് അരൂപനായ ഈശ്വരനെ സ്മരിക്കണമെങ്കിൽ ഒരു സ്മാരകം ആവശ്യമാണ്. ആസ്മാരകം വിഗ്രഹമാകുന്നതിൽ തെറ്റില്ല. വിഗ്രഹത്തിന്റെ സന്നിധിയിൽ എത്തുമ്പോൾ ഈശ്വരനെ സ്മരിക്കാൻ കഴിയുന്നതാണ്. എന്നിട്ട് തന്റെ വാദത്തെ സമർത്ഥിക്കുന്നതിനുവേണ്ടി രാമപൈ ഒരു ഉദാഹരണം പറഞ്ഞു. 'എന്റെ വീട്ടിലെ വേലക്കാരി അങ്ങാടിക്കു പോകുമ്പോൾ ഒരു പ്രത്യേക സാധനം വാങ്ങാൻ പറഞ്ഞു. അത് അവളോട് മറന്നു പോവാതിരിക്കാൻ മുണ്ടിന്റെ കോന്തലയിൽ ഒരു കെട്ടുകെട്ടി. അങ്ങാടിയിൽ നിന്ന് ആ കെട്ട് സ്പർശിച്ചപ്പോൾ ആ സാധനത്തെക്കുറിച്ച് അവൾക്ക് ഓർമ്മവന്നു. അതുകൊണ്ട് ഈശ്വരന്റെ സ്മാരകം എന്ന

നിലയിൽ വിഗ്രഹം ആവശ്യമാണെന്ന കാര്യത്തിൽ തർക്കമില്ലെന്നു പറഞ്ഞ് രാമപൈ തന്റെ വാദങ്ങൾ സമർത്ഥിച്ചു.

ഗുരുദേവന്റെ മറുപടി ആരംഭിച്ചു. അരൂപത്തിൽ മനസ്സ് ലയിക്കും. അജ്ഞാനത്തിൽ മനസ്സ് ലയിക്കാറുണ്ട്. അജ്ഞാനം അരൂപമാണ്. ആ അജ്ഞാനത്തിൽ മനസ്സ് ലയിക്കുമ്പോഴും നാം സുഖമായി ഉറങ്ങി എന്ന അനുഭവം നമുക്കുണ്ടാകാറുണ്ട് അതുകൊണ്ടുതന്നെ അരൂപ ത്തിൽ മനസ്സ് ലയിക്കില്ല എന്നു പറയുന്നതിൽ കാര്യമില്ല. മറ്റൊന്ന് ഈശ്വരനെ സ്മരിക്കുന്നതിന് സ്മാരകം വേണം എന്നു പറയുന്നതിലും കാര്യമില്ല. മാത്രവുമല്ല അതിന്റെ സമർത്ഥനത്തിന് ഉപയോഗിച്ച ഉദാഹരണം ഒട്ടും ആലോചനാ വിലസിതവുമല്ല. നാനാവൈചിത്ര്യങ്ങളോട്ടുകൂടിയ ഈ പ്രപഞ്ചം തന്നെ ഈശ്വരന്റെ സ്മാരകങ്ങളാണ്. ഈശ്വരവിശ്വാസിയായ ഏതു മതസ്ഥനും ഈ പ്രപഞ്ചസ്മാരകങ്ങളെ നോക്കി ആ പരമ പിതാവിനെ സ്മരിക്കാൻ കഴിയണം. ഒരു ക്രിസ്ത്യാനിക്കോ, മുസ്ലീമിനോ സത്യവിശ്വാസിയായ ഹിന്ദുവിനോ വിഗ്രഹം കണ്ടാൽ ഈശ്വര വിശ്വാസം ജനിക്കുമോ? ഇല്ല. എന്തുകൊണ്ട്? അത് കൃത്രിമമവും പ്രാകൃതവുമായ ഒരു സങ്കല്പമാണ്.

രാമപൈയുടെ വേലക്കാരി സാധനത്തെ സ്മരിക്കുന്നതിനുവേണ്ടി അവരുടെ കോന്തലയ്ക്കൽ കെട്ടുകെട്ടിയത് ക്ഷേത്ര നിർമ്മാണത്തിന്റെ അനാവശ്യകതയാണ് സൂചിപ്പിക്കുന്നത്. ഈശ്വര വിശ്വാസികൾ ഒരു ടവൽ എടുത്ത് ഈശ്വരവിശ്വാസത്തോടെ ഒരു കെട്ടുകെട്ടിയാൽ പോരെ ആ കെട്ട് ഒരു ദിവസം പലതവണ സ്പർശിക്കേണ്ടിവരും. അപ്പോഴെല്ലാം ഈശ്വര സ്മരണ ഉണ്ടാവില്ലേ? പിന്നെ എന്തിനാണ് ധാരാളം പണം ചെലവു ചെയ്തു അമ്പലങ്ങൾ പണിയുകയും വിഗ്രഹങ്ങൾ പ്രതിഷ്ഠിക്കുകയും ചെയ്യുന്നത്? ഒരു ടവൽ എടുത്ത് ഈശ്വരസങ്കല്പത്തോടെ ഒരു കെട്ടിട്ട് കീശയിൽ വെച്ചാൽ പോരെ"

ഈ വാദപ്രതിവാദങ്ങൾ കേട്ട് ജനങ്ങൾ ഹർഷാരവങ്ങൾ മുഴക്കി. ഇതേക്കുറിച്ച് മഹാകവി കുമാരനാശാന്റെ അഭിപ്രായം എന്താണെന്ന് എല്ലാവരും തിരക്കി."ജാതിയും അനേക ദൈവ വിശ്വാസവും എന്നു നശിക്കുകയും രാജയോഗവും വിശ്വസാഹോദര്യവും എന്നു പുലരുകയും ചെയ്യുന്നുവോ അന്നേ ഹിന്ദുക്കൾക്ക് പരസ്പരം ഐക്യവും മോക്ഷവും ഉണ്ടാവുകയുള്ളൂ എന്ന് ആശാൻ മിതമായ ഭാഷയിൽ അഭിപ്രായപ്പെട്ടു.

•

# ആചാരങ്ങൾ പരിഷ്ക്കരിക്കുന്നു

ഹിന്ദു സമുദായത്തെ അതിന്റെ മൗലികമായ ധർമ്മങ്ങളിലേയ്ക്ക് ആനയിക്കുക എന്നതായിരുന്നു വാഗ്ഭടാനന്ദന്റെ ലക്ഷ്യം. അതനുസരിച്ച് അതിലെ ആചാരങ്ങളും പരിഷ്കരിക്കണമെന്ന് അദ്ദേഹത്തിനു തോന്നി. ജനനം മരണം വിവാഹം തുടങ്ങിയ ജീവിത സന്ദർഭങ്ങൾ ജാതിദൃഢീകരണത്തിനും അന്ധവിശ്വാസങ്ങൾക്കും ഉപയോഗിക്കുന്നതായി ഗുരുദേവൻ മനസ്സിലാക്കി. വിവാഹമുഹൂർത്തത്തിൽ താലികെട്ടിനോടനുബന്ധിച്ച് കാണപ്പണം, കാരണവപ്പണം മച്ചുനിയൻ പണം, കാവുതീയൻ പണം എന്നിങ്ങനെ വരന്റെ ആൾക്കാർ വധൂഗൃഹത്തിൽ പലവിധത്തിലുള്ള ദക്ഷിണ നൽകുന്ന ആചാരങ്ങൾ ഉണ്ടായിരുന്നു. ഇതെല്ലാം ഒഴിവാക്കി വിവാഹത്തിന് പ്രകൃതി പുരുഷ സംബന്ധത്തെ മാതൃകയാക്കി അംഗീകരിക്കുന്ന ഒരു ആചാരമാണ് വേണ്ടതെന്ന് അദ്ദേഹം വാദിച്ചു.

മരണാനന്തര കർമ്മങ്ങളിൽ അനുഷ്ഠിച്ചുവരുന്ന ആചാരങ്ങളുടെ യുക്തിരാഹിത്യത്തെയും അന്ധവിശ്വാസങ്ങളെയും ഗുരുദേവൻ ചോദ്യം ചെയ്തു. പരേതാത്മാവിനെ ഉദ്ദേശിച്ചു നടത്തുന്ന ബലി നൽകൽ കർമ്മത്തിന്റെ അസംബന്ധതയെ അദ്ദേഹം നന്നായി പരിഹസിച്ചിരുന്നു.

ഗുരുദേവന്റെ അഭിപ്രായത്തിൽ ബലിച്ചോറ് ജീവനോട്ടുകൂടിയ ശരീരത്തിന് ഉപകരിക്കും. ദേഹം വെടിഞ്ഞ ജീവന് അതിന്റെ ആവശ്യമില്ല. ശരീരം മണ്ണായും വെണ്ണീറായും മാറും. പിന്നെ ബലിച്ചോറുകൊണ്ട് ആർക്കാണുകാര്യം? പ്രാണധർമ്മങ്ങൾ ജീവാത്മാവിനെ കൊണ്ടു അനുഭവിപ്പിക്കുക സാധ്യമല്ല. വിശപ്പ് ദാഹം എന്നിവ പ്രാണധർമ്മങ്ങളാണ്. അന്യശരീരത്തെ പ്രാപിച്ച ദേഹിയുടെ പോഷണത്തിനു വേണ്ടിയാണ് ബലി അർപ്പിക്കുന്നതെന്നു പറയുന്നതിലും കാര്യമില്ല. പരലോക പ്രാപ്തനായ ജീവൻ ഇവിടെ വീടിന്റെ അകത്തോ പുറത്തോ കടൽക്കരയിലോ സമർപ്പിക്കുന്ന പദാർത്ഥങ്ങൾ എങ്ങനെയാണ് ആഹരിക്കുക? അങ്ങനെ കഴിയുമെങ്കിൽ

ദേശാന്തരങ്ങളിൽ കഴിയുന്ന ബന്ധുമിത്രാദികൾക്ക് ഇവിടെ ഭക്ഷണ പാനീയങ്ങൾ സമർപ്പിച്ചാൽ മതിയാകും. അതുകൊണ്ട് തന്നെ ബലി കർമ്മങ്ങൾ ഭാരതീയമായ ദർശനത്തിനോ യുക്തിവിചാരത്തിനോ നിരക്കുന്നതല്ലെന്ന് ഗുരുദേവൻ അഭിപ്രായപ്പെട്ടു.

●

# ശിവയോഗിയിൽനിന്നും അകലുന്നു

1917 മുതൽ ഗുരുദേവൻ ബ്രഹ്മാനന്ദ ശിവയോഗിയുമായി അകലാൻ തുടങ്ങി. ശിവയോഗി വിലാസം മാസികയുടെ പേര് ശവയോഗ വിലാസം എന്നാക്കികൊണ്ടാണ് ഗുരു അദ്ദേഹത്തിൽ നിന്ന് അകലം പാലിച്ചുതുടങ്ങിയത്. അദ്വൈത സിദ്ധാന്തത്തെക്കുറിച്ചും ഈശ്വരാസ്തിക്യത്തെ കുറിച്ചുമുള്ള ഇവരുടെ അഭിപ്രായങ്ങൾ ഭിന്നതലസ്പർശികളായിത്തീർന്നു. മതാചാര്യന്മാരായ ബുദ്ധൻ, ക്രിസ്തു, ശങ്കരൻ തുടങ്ങിയവരെപ്പറ്റി ബ്രഹ്മാനന്ദ ശിവയോഗി അനാദരവ് കാട്ടിയപ്പോൾ ഗുരുദേവന് അത് ഉൾകൊള്ളാൻ കഴിഞ്ഞില്ല.

1925 -ൽ ഗുരുദേവൻ എഴുതിയ 'ആത്മവിദ്യ' അദ്വൈത സിന്ധാന്തത്തെയും സേശ്വര വിശ്വാസത്തെയും അരക്കിട്ട് ഉറപ്പിക്കുന്നതായിരുന്നു. എന്നാൽ 1927 ശിവയോഗി എഴുതിയ 'ആനന്ദാദർശം; പരോക്ഷമായി ആത്മവിദ്യയെ വിമർശിക്കുന്നതായിരുന്നു. എങ്കിലും ഗുരുദേവൻ അതിനു മറുപടി എഴുതിയിരുന്നില്ല. 1927 ജനുവരി മാസം ആത്മ വിദ്യാസംഘത്തിന്റെ ആഭിമുഖ്യത്തിൽ അഴീക്കോട് ശ്രീവിദ്യാ കരുണാലയത്തിൽവെച്ച് ഗീതാപാഠം നടത്തുകയായിരുന്ന സന്ദർഭത്തിൽ ഗുരുദേവനോട് ആനന്ദസമാജത്തിലെ ഒരു പ്രമുഖാംഗമായ കുഞ്ഞപ്പനായർ ചില ചോദ്യങ്ങൾ ചോദിക്കുകയും അങ്ങ് എന്താണ് ശിവയോഗി അദ്വൈത ദർശനത്തെ വിമർശിക്കുന്ന ആനന്ദമാർഗം എന്ന ഗ്രന്ഥത്തിന് മറുപടി എഴുതാത്തത് എന്ന് ശ്രദ്ധയിൽപ്പെട്ടുത്തിയപ്പോഴാണ് ഗുരുദേവൻ അത്തരമൊരു ഉദ്യമത്തിന് തയ്യാറായത്. അങ്ങനെയാണ് അദ്ധ്യാത്മിക യുദ്ധം അഥവാ ആനന്ദാദർശപ്രധ്വംസനം എന്ന ഗ്രന്ഥം രചിച്ചത്. അതോടെ ശിവയോഗിയിൽ നിന്ന് പൂർണമായി അകലുകയായിരുന്നു ഗുരുദേവൻ.

•

# ധർമ്മസമരം

വിഗ്രഹാരാധനയ്ക്കും ക്ഷേത്രാരാധനയ്ക്കും എതിരെ ഗുരുദേവൻ ആരംഭിച്ച ധർമ്മസമരം പലവഴിയിലൂടെ വളരാൻ തുടങ്ങി. എല്ലാതരം എതിർപ്പുകളെയും അവഗണിച്ചുകൊണ്ട് ഉൽപ്പതിഷ്ണുക്കളായ മനുഷ്യരെ അതു സ്വാധീനിക്കാൻ തുടങ്ങി. വടകര അയാടത്തിൽ കട്ടുങ്ങോൻ, മണൽതാഴെ രാമോട്ടി എന്നീ പേരുകൾ അതിൽ സ്മരിക്കേണ്ട പേരുകളാണ്.

ഗുരുദേവന്റെ പ്രസംഗം കേട്ട് അയാടത്തിൽ കട്ടുങ്ങോൻ തന്റെ തറവാട്ടിലെ വീരന്റെയും ഗുളികന്റെയും തറകൊത്തിപ്പൊളിച്ചു. യാഥാസ്ഥിതികർ ഇതുകണ്ട് അമ്പരന്നു. അവർ കട്ടുങ്ങോന്റെ കുടുംബത്തിന് സമുദായ ബഹിഷ്കരണം ഏർപ്പെടുത്തി. പക്ഷേ കട്ടുങ്ങോൻ അതൊന്നും ഗൗനിച്ചില്ല.

സാമുദായികമായ അനാചാരങ്ങളെ എതിർത്ത മറ്റൊരു ധർമ്മധീരനായിരുന്നു മണൽത്താഴെ രാമോട്ടി. പുതുപ്പണത്തെ എല്ലാ ആദ്ധ്യാത്മിക പ്രവർത്തനങ്ങൾക്കും നേതൃത്വം വഹിച്ച വ്യക്തിയായിരുന്നു അദ്ദേഹം. പുതുപ്പണം റോഡരുകിൽ ഒരു കുളം കുഴിപ്പിച്ച് അദ്ദേഹം അതിൽ പുലയരെയും താഴ്ന്ന ജാതിയിൽ പിറന്നവരെയും കുളിക്കാൻ അനുവദിച്ചു.

ക്ഷേത്രങ്ങളിൽ നടന്നുകൊണ്ടിരുന്ന ജന്തുബലിയെ ഗുരുദേവൻ കഠിനമായി എതിർത്തുപോന്നു. ദേവീദേവൻമാരെ പ്രീതിപ്പെടുത്താനുള്ള പൈശാചികവും ക്രൂരവുമായ ഒരു ചടങ്ങായിരുന്നു ഇത്. കൊടുങ്ങല്ലൂരിലെയും ഫറോക്കിലെയും പേരുകേട്ട ക്ഷേത്രമായ പള്ളിത്തറ ക്ഷേത്രത്തിലെ ജന്തുബലി പ്രസിദ്ധമായിരുന്നു. ഗുരുദേവൻ ഇതിനെതിരെ ഉറച്ച നിലപാടെടുത്തു. ജന്തുബലി ഹിന്ദു സംസ്കാരത്തിന് നിരക്കുന്നതല്ല എന്ന് പ്രാമാണിക ഗ്രന്ഥങ്ങളെ ഉദ്ധരിച്ചുകൊണ്ട് അദ്ദേഹം പറഞ്ഞു.

ഫറോക്കിലെ പള്ളിത്തറ ക്ഷേത്രം ജന്തുബലിക്കു പ്രസിദ്ധി

നേടിയിരുന്നു. വെട്ടിയ കോഴികളുടെയും ആടുകളുടെയും കുമ്പാരം തന്നെ കാണാമായിരുന്നു. പൂതേരി നായരായിരുന്നു ആ ക്ഷേത്രത്തിന്റെ ഉടമ. ഗുരുദേവൻ പൂതേരിനായരോട് തുറന്നെതിർത്തു.

"നരബലി തുടങ്ങിയ ബലികൾകൊണ്ട് ഇഷ്ടമൂർത്തികളെ പ്രസാദിപ്പിച്ച് അഭീഷ്ടങ്ങൾ സാധിപ്പിക്കുമെന്ന് പറയുന്നുണ്ടല്ലോ? താങ്കൾ സ്വന്തം പുത്രനെയോ പിതാവിനെയോ ബലി നൽകുമോ?"

"താങ്കൾ ഒരു വലിയ ഭാഗവത ഭക്തനാണെന്നു കേട്ടിട്ടുണ്ട് ഭാഗവതം ജന്തുബലി അനുകൂലിക്കുന്നില്ല. അതിൽ ഇരുപത്തിരണ്ടു നരകങ്ങളെ കുറിച്ച പറയുന്നുണ്ട്. ജന്തുക്കളെ ഹിംസിക്കുന്നവൻ നരകത്തിൽപെട്ട് കഠിന ദുഃഖം അനുഭവിക്കുമെന്നാണ് പറയുന്നത്"

ഇതുകേട്ടപ്പോൾ ആ ഭാഗവത ഭക്തന് വല്ലാത്ത സങ്കടം ഉണ്ടാവുകയും ഭാഗവതത്തിൽ എവിടെയാണ് ഇങ്ങനെ പറഞ്ഞിരിക്കുന്നതെന്ന് അറിയാൻ കൗതുകമുണ്ടാവുകയും ചെയ്തു. ഉടനെ തന്നെ ഭാഗവതം വരുത്തി ഗുരുദേവന്റെ കൈയിൽ കൊടുത്തു. അഞ്ചാം സർഗത്തിലെ പ്രസക്തഭാഗം ഗുരുദേവൻ വായിച്ച് കേൾപ്പിച്ചു. ഈ ലോകത്തിൽ ഒരുവൻ ജന്തുക്കളെ ഹിംസിക്കുന്നുവെങ്കിൽ ആ ജന്തുക്കൾ പരലോകത്തിൽ കഠിനവിഷമുള്ള സർപ്പങ്ങളായി ആ ദുഷ്കർമ്മം ചെയ്തവനെ ഹിംസിക്കുന്നു."

ആ നായർ പ്രമാണിയുടെ ജീവിതത്തിൽ വലിയ മാറ്റമാണ് ഈ സംഭവം ഇടയാക്കിയത്. ഇനിമേൽ താൻ ജന്തുബലി നടത്തുകയില്ലെന്ന് അദ്ദേഹം ഗുരുദേവർക്ക് ഉറപ്പുകൊടുത്തു.

ഹിന്ദുമത നവീകരണത്തിലായിരുന്നു ഗുരുദേവന്റെ ആദ്യകാല ശ്രദ്ധയെങ്കിൽ പിന്നീട് പൊതു സാമൂഹിക പ്രശ്നങ്ങളിലും ഗുരുദേവൻ ശ്രദ്ധാലുമായിമാറി. മദ്യവർജനം പോലുള്ള സാമൂഹിക പ്രസ്ഥാനങ്ങളിൽ അദ്ദേഹം സജീവമായത് ഇതിന് തെളിവായിരുന്നു. ഇന്ത്യൻ നാഷണൽ കോൺഗ്രസ് അംഗീകരിച്ചതും മഹാത്മാഗാന്ധിക്ക് ഏറ്റവും പ്രിയപ്പെട്ടതുമായ പ്രസ്ഥാനമായിരുന്നു മദ്യവർജനപ്രസ്ഥാനം. ഗുരുദേവൻ തന്റെ എഴുത്തിലും പ്രസംഗങ്ങളിലും മദ്യവർജനത്തെ പിന്തുണച്ചുപോന്നു.

1925-ൽ എഴുതിയ ആത്മവിദ്യാഗ്രന്ഥത്തിൽ മദ്യപാനം കൊണ്ടുണ്ടാകുന്ന അപകടത്തെയും അതു മൂലമുണ്ടാകുന്ന കുടുംബകലഹങ്ങളെയും പരിഹസിക്കുകയും ആക്ഷേപിക്കുകയും ചെയ്യുന്നുണ്ട്.

•

# നിയമലംഘന പ്രസ്ഥാനത്തിലേയ്ക്ക്

പതുക്കെ പതുക്കെ ഗുരുദേവന്റെ പ്രവർത്തനങ്ങൾ ദേശീയ പ്രസ്ഥാനത്തെ ശക്തിപ്പെടുത്തുന്ന വിധത്തിലുള്ളതായിത്തീർന്നു. സാമുദായിക പരിഷ്ക്കരണവും സ്വാതന്ത്ര്യസമരവുമായി ഐക്യപ്പെട്ടു. ഗാന്ധിജിയുടെ നേതൃത്വത്തിൽ നടക്കുന്ന നിയമലംഘനപ്രസ്ഥാനത്തോടും ദേശീയപ്രസ്ഥാനത്തോടും ആഭിമുഖ്യം പുലർത്തിവന്നു.

ഇന്ത്യയുടെ സ്വാതന്ത്ര്യത്തിന് ഗാന്ധിജിയും നാഷണൽ കോൺഗ്രസ്സും നൽകുന്ന നേതൃത്വത്തെ ഗുരുദേവൻ അങ്ങേയറ്റം വിലമതിച്ചു. ഇന്ത്യക്കാർ ജാതിഭേദം കൂടാതെ സവർണാവർണ വ്യത്യാസമില്ലാതെ ദേശീയ സമരത്തിൽ പങ്കുകൊള്ളണമെന്ന് അദ്ദേഹം ആഹ്വാനം ചെയ്തു. അനേകം ശിഷ്യൻമാരെ അദ്ദേഹം സമരരംഗത്തേയ്ക്കയച്ചു.

ദേശീയ വിരുദ്ധമായ ആശയങ്ങളെ ഗുരുദേവൻ ശക്തിയുക്തം എതിർത്തു. അദ്ദേഹത്തിന്റെ എഴുത്തിലും പ്രസംഗത്തിലും ആകൃഷ്ടരായി അനേകം യുവാക്കൾ ദേശീയ പ്രസ്ഥാനത്തിലേയ്ക്ക് എടുത്തുചാടി. ലോകത്തിലെ ഏറ്റവും വലിയ മനുഷ്യവാദിയാണ് ഗാന്ധിജി എന്ന് വാഗ്ഭടാനന്ദൻ വിശ്വസിച്ചു.

ഗുരുദേവന്റെ പ്രസ്താവനകളും പ്രസംഗങ്ങളും ഗവർമെന്റിന് ശക്തമായ തലവേദന സൃഷ്ടിച്ചു. മലബാർ കലക്ടർ 1930ലും 1931ലും പല പ്രാവശ്യം അദ്ദേഹത്തെ താക്കീതു ചെയ്തു. പക്ഷേ അറസ്റ്റു ചെയ്യാൻ ധൈര്യമുണ്ടായിരുന്നില്ല.

ഗുരുവായൂർ സത്യാഗ്രഹത്തിനും ഗുരുദേവന്റെ വലിയ പിന്തുണയുണ്ടായിരുന്നു. ജാതി ഭേദത്തിന്റെ പേരു പറഞ്ഞ് ഹിന്ദു മതത്തിലെ ഒരു വിഭാഗത്തെ ക്ഷേത്രത്തിൽ പ്രവേശിപ്പിക്കാതിരിക്കുന്നതിന് ഗുരുദേവൻ എതിരായിരുന്നു

ഹിന്ദുമതത്തിൽ ജനിച്ച എല്ലാവർക്കും ക്ഷേത്രത്തിൽ പ്രവേശിക്കാൻ അധികാരമുണ്ട് എന്ന നിലപാടാണ് അദ്ദേഹത്തിനുണ്ടായിരുന്നത്. യാഥാസ്ഥിതികരായ സവർണ ഹിന്ദുക്കൾ

ക്ഷേത്രപ്രവേശനത്തെ എതിർക്കുന്നതിനുവേണ്ടി സനാതന ഹിന്ദു എന്ന പേരിൽ ഒരു പത്രം ആരംഭിച്ചു. ഗാന്ധിജിയെ അവഹേളിച്ചു കൊണ്ട് അതിൽ ലേഖനങ്ങൾ വന്നപ്പോൾ അതിനെ നിശിതമായ വിമർശിച്ചുകൊണ്ട് ഗുരുദേവൻ തന്റെ പത്രമായ ആത്മവിദ്യാകാഹളത്തിൽ മറ്റൊരു ലേഖനം എഴുതുകയുണ്ടായി. ആ ലേഖന സമാഹാരമാണ് 1956-ൽ ഗുരുദേവ ശിഷ്യനായ ശ്രീ. എം.ടി. കുമാരൻ ഗാന്ധിജിയും ശാസ്ത്ര വ്യാഖ്യാനവും എന്ന പേരിൽ പ്രസിദ്ധീകരിച്ചത്.

•

# തൊഴിലാളി കർഷകപ്രസ്ഥാനത്തിന് നേതൃത്വം നൽകുന്നു

ഹൈന്ദവ നവീകരണത്തിൽ തുടങ്ങിയ ഗുരുദേവൻ പതുക്കെ ദേശീയ പ്രസ്ഥാനത്തിലേയ്ക്കും തുടർന്ന് തൊഴിലാളികളുടെ ചൂഷണത്തിനും എതിരെ പൊരുതുന്ന രാഷ്ട്രീയ വ്യക്തിത്വം കൂടിയായി പരിണമിക്കുകയായിരുന്നു. ചരിത്രത്തിന്റെ ചുവരെഴുത്തുകൾ തിരിച്ചറിയാൻ ആ യോഗിക്കു കഴിഞ്ഞിരുന്നു.

തൊഴിലാളി പ്രസ്ഥാനങ്ങൾ ശൈശവാവസ്ഥയിലുള്ള കാലമായിരുന്നു. സംഘടിതമായ തൊഴിലാളി പ്രസ്ഥാനത്തിന്റെ ആവശ്യകത ഗുരുദേവന് ബോധ്യമായിത്തുടങ്ങി. അദ്ദേഹം അതിനെക്കുറിച്ച് ആത്മവിദ്യാകാഹളത്തിൽ എഴുതി. ''മറപ്പുരകളിൽ പ്രവേശിച്ചു കൊണ്ട് പട്ടണം മുഴുവൻ ദുർഗന്ധപൂർണമാക്കുന്ന പ്രമാണികൾ ആ ദുർബാധയിൽ നിന്ന് പട്ടണത്തെ പരിരക്ഷിക്കുന്ന പറയൻമാരിൽ കുറവുകല്പിക്കുന്നുണ്ടെങ്കിൽ അത് ബുദ്ധി ശൂന്യതകൊണ്ടല്ലാതെ മറ്റൊന്നും കൊണ്ടല്ല. നഗരം നാറ്റുന്നവരുടെ കർമ്മത്തെക്കാൾ നഗരം ശുചിയാക്കുന്നവരുടെ കർമ്മമാണ് ശ്രേഷ്ഠമെന്ന് പറയർ പറയുന്നെങ്കിൽ ഭാഗ്യമെന്നേ പറയാനുള്ളൂ. കർമ്മങ്ങൾക്കൊന്നിനും ഉച്ചനീചത്വം കൽപ്പിക്കാതിരിക്കുകയാണ് വേണ്ടത്.''

തൊഴിലാളികളുടെ അവകാശങ്ങൾക്കുവേണ്ടിയുള്ള പരിശ്രമങ്ങളെ തന്റെ ആത്മവിദ്യാകാഹളത്തിലൂടെ ഗുരുദേവൻ തുടരെത്തുടരെ പിന്തുണച്ചുപോന്നു. 1932-ൽ കോഴിക്കോട് കോമൺവെൽത്ത് കമ്പനിയിലെ ഒരു തൊഴിലാളിയെ ഒരു യൂറോപ്യനായ ഉദ്യോഗസ്ഥൻ അടിക്കുകയും തൊഴിക്കുകയും ചെയ്തു. അത് വലിയ പ്രക്ഷോഭണങ്ങൾക്ക് ഇടയായി. തൊഴിലാളിയുടെ ധിക്കാരമാണ് കാരണങ്ങൾക്ക് വഴിവെച്ചത് എന്ന മട്ടിലാണ് അന്ന് പല പത്രങ്ങളിലും പ്രതികരണങ്ങൾ വന്നത്. പക്ഷേ ഗുരുദേവനാകട്ടെ തൊഴിലാളിയുടെ ദുരവസ്ഥ

എന്ന തലക്കെട്ടിൽ ഈ പ്രവൃത്തിയെ നിശിതമായി വിമർശിച്ചു കൊണ്ടെഴുതി.

''തങ്ങളുടെ പ്രവൃത്തിക്ക് സമയത്തിനു വന്നില്ലെന്നോ മറ്റോ ഉള്ള നിസ്സാരകാരണങ്ങളുണ്ടാകുമ്പോൾ അവരെ ചെരിപ്പുകൊണ്ട് തന്നെ അടിച്ചുകൊല്ലുന്നതിനു മടിക്കാതിരിക്കുകയും ചെയ്യുന്ന സഹോദരസ്നേഹമെന്നല്ല സമസൃഷ്ടി സ്നേഹം പോലുമില്ലാത്ത ചില രാക്ഷസ പ്രകൃതികളുടെ ദുഷ്പ്രവൃത്തികളാണ് തൊഴിലാളിലോകത്തെ ഭയപ്പെടുത്തികൊണ്ടിരിക്കുന്നത്'' എന്ന മട്ടിൽ ഗുരുദേവൻ കൃത്യമായ തൊഴിലാളിവർഗ്ഗ പക്ഷപാതത്തിൽ പ്രശ്നങ്ങളെ സമീപിച്ചു.

സ്വാതന്ത്ര്യ സമര സേനാനിയും കമ്മ്യൂണിസ്റ്റുകാരനുമായ എ. വി. കുഞ്ഞമ്പു 1934-ൽ അഭിനവ ഭാരത് യുവക് സംഘം എന്ന പേരിൽ ഒരു തൊഴിലാളി സംഘടനയ്ക്ക് രൂപം നൽകി. അതിന്റെ ഒന്നാം വാർഷികാഘോഷത്തിന് അധ്യക്ഷം വഹിച്ചത് വാഗ്ഭടാനന്ദനായിരുന്നു.

●

# അന്ത്യസമാധി

ശ്രീനാരായണഗുരു പ്രതിഷ്ഠ നടത്തിയ ശ്രീകണ്ഠേശ്വരം ക്ഷേത്രത്തിൽ മതപ്രസംഗപരമ്പര നടത്താൻ ഒരു വിഭാഗം യുവാക്കൾ വാഗ്ഭടാനന്ദനെ വിളിക്കണമെന്ന് ആവശ്യപ്പെട്ടു. യാഥാസ്ഥിതികർ എതിർത്തെങ്കിലും യുവാക്കളുടെ ഇച്ഛാശക്തിക്കു മുമ്പിൽ അവർ പരാജിതമാവുകയായിരുന്നു. മേൽപ്പത്തൂർ നാരായണ ഭട്ടതിരിയുടെ നാരായണീയത്തെ ആസ്പദമാക്കിയായിരുന്നു പ്രസംഗപരമ്പര. പ്രഭാഷണം കേൾക്കാൻ വലിയ ജനസമൂഹം ദിവസവും എത്തിച്ചേർന്നു.

പതിനാറാമത്തെ പ്രസംഗം വരുന്നതിനുമുമ്പുള്ള ഞായറാഴ്ച വളരെ അത്യാവശ്യത്തിന് ഗുരുദേവന് അവിടനല്ലൂർ വരെ വരേണ്ടിയിരുന്നു. തിങ്കളാഴ്ച രാവിലെ തിരിച്ചു ബസ്സുകിട്ടിയില്ല. ബന്ധുക്കളുടെയും സുഹൃത്തുക്കളുടെയും തടസ്സം വകവെയ്ക്കാതെ അദ്ദേഹം കോഴിക്കോട്ടുവരെ നടക്കാൻ തീരുമാനിച്ചു. അവിടവിടെ വിശ്രമിച്ച് പതിനെട്ടോളം മൈൽ നടന്ന് അദ്ദേഹം തത്വപ്രകാശികയിൽ എത്തി. അവിടെ വിഷജ്വരം ബാധിച്ചിരുന്ന മക്കളുടെ രോഗകാര്യങ്ങളെക്കുറിച്ച് അന്വേഷിച്ച് ഒട്ടും വൈകാതെ ഒരു ജട്കയിൽ ശ്രീകണ്ഠേശ്വരം ക്ഷേത്രത്തിലേയ്ക്ക് പുറപ്പെട്ടു.

അന്ന് എല്ലാ ദിവസത്തെക്കാളും വലിയ ജനക്കൂട്ടം ഉണ്ടായിരുന്നു. 'നിർമുക്തം നിത്യമുക്തം' എന്നീ പദങ്ങളെ അധികരിച്ചായിരുന്നു അന്നത്തെ പ്രസംഗം അവസാനിച്ചത്. പിന്നീട് ശ്രോതാക്കളുടെ സംശയങ്ങൾക്കുള്ള മറുപടിയായിരുന്നു. ഇത് ഗുരുദേവന്റെ അവസാനത്തെ പ്രസംഗമാകുമെന്ന് ആരും കരുതിയിരുന്നില്ല. ശ്രീകണ്ഠേശ്വരം ക്ഷേത്രത്തിൽ നിന്ന് നേരിട്ട് ഗുരുദേവൻ തത്വപ്രകാശികയിൽ എത്തി. അദ്ദേഹം സുഖമില്ലാതെ കിടപ്പിലായി. ക്രമേണ സന്നിപാതജ്വരത്തിനിടപ്പെട്ടു. ഓരോ ദിവസം കഴിയുംതോറും രോഗം മൂർച്ഛിച്ചുവന്നു. വിദഗ്ധൻമാരായ വൈദ്യൻ മാരും ശിഷ്യൻമാരും ചികിത്സിച്ചുപോന്നു. ഒടുവിൽ തൃശ്ശൂരിൽ നിന്ന് മാമൻ

വൈദ്യരെ കൊണ്ടുവന്നു. അതും നിഷ്ഫലമായിരുന്നു.

കേരളത്തിന്റെ നാനാഭാഗത്തിനന്നും ശിഷ്യൻമാരും ആരാധകരുംതത്വപ്രകാശികയിലേയ്ക്ക് ഒഴുകി. അവരോടെല്ലാം ഗുരുദേവൻ സ്നേഹ പ്രകടനങ്ങൾ നടത്തി. ഒരു ദിവസം നിലമ്പൂർ രാജാവ് ഗുരുദേവനെ വന്നു കണ്ടു. ഗുരു കിടപ്പിലാണെന്ന് അപ്പോഴാണ് അയാൾ അറിഞ്ഞത്. വേദാന്തകാര്യങ്ങളിലുള്ള ചില സംശയങ്ങൾ തീർക്കാൻ വേണ്ടിയായിരുന്നു രാജാവ് അവിടെ എത്തിയത്. ഗുരുദേവന്റെ അവസ്ഥകണ്ട അദ്ദേഹം സംശയനിവാരണത്തിന് ശ്രമിച്ചില്ല. എന്നാൽ ഗുരുദേവൻ രാജാവിനെ നിർബന്ധിച്ചു.

രാജാവ് സംശയം ചോദിച്ചു.

"സമാധി എന്താണ്?"

സവികല്പം നിർവികല്പം എന്ന് രണ്ടുണ്ട് എന്ന് ഗുരുദേവൻ പറഞ്ഞു. ഉത്തരം പറയുന്നതിൽ നിന്ന് രാജാവ് ഗുരുദേവനെതടഞ്ഞു.

തന്റെ അവസാനകാലം അടുത്തതായി ഗുരുദേവൻ മനസ്സിലാക്കി. 1939 ഒക്ടോബർ 28 തത്വപ്രകാശിക ആശ്രമത്തിന് ദുർദ്ദിനമായിരുന്നു. വിങ്ങിപ്പൊട്ടുന്ന ഹൃദയങ്ങളോടെ ആയിരക്കണക്കായ ആരാധകരും ശിഷ്യൻമാരും തത്വപ്രകാശികയിൽ എത്തി. അന്തരീക്ഷം ശോകമൂകമായി ആകാശമാകെ മേഘാവൃതമായി. രാത്രി നീങ്ങാതെ ഇഴഞ്ഞു കൊണ്ടിരിക്കുന്നതുപോലെ തോന്നി. ചെറുവണ്ണൂർ ആത്മ വിദ്യാസംഘം പ്രസിഡണ്ട് പി. രാഘവൻ ഗുരുവിന്റെ രോഗശയ്യക്കരികിൽ നിന്ന് പുറത്തേയ്ക്ക് വന്ന് കരഞ്ഞുകൊണ്ടു പറഞ്ഞു."നമ്മുടെ സന്തോഷം കഴിഞ്ഞു."

1938 ഒക്ടോബർ 29ന് തുലാം 14-ാം തിയ്യതി പൗർണമിനാളിൽ പകൽ 9.20ന് ആദ്ധ്യാത്മിക ലോകത്തെ ഏകാന്തപഥികൻ എന്നന്നേക്കും വിടവാങ്ങി.

•

# പാഠം

# മനുഷ്യൻ ഉയരട്ടെ

മനുഷ്യൻ മഹാനാകുന്നു എന്നുള്ളത് 'സശിരഃകമ്പം' സമ്മതിക്കാവുന്ന ഒരു സത്യം തന്നെ. ആനന്ദകോൾമയിർക്കൊള്ളിക്കുന്ന സമാധാനതൈത്തെക്കുളിർത്തെന്നലിന്റെ നിത്യവിഹാരരംഗവും മംഗളപ്രദവുമായ സ്വാതന്ത്ര്യമെന്ന കുലഗിരിയുടെ ഉപരിഭ്രുവാണ് മനുഷ്യന്റെ സഞ്ചാരപഥം. ശോഭനങ്ങളായ ഭാവനാബലങ്ങളെ അടിക്കടി വർദ്ധിപ്പിക്കുകയും അശുഭങ്ങളും ദുർഭരങ്ങളുമായ വിശ്വാസങ്ങളേയും വിചാരങ്ങളേയും ഒട്ടാകെ തട്ടിത്തകർത്തു താഴത്തു വലിച്ചിടുകയും ചെയ്യുന്ന നിമിഷത്തിൽ മനുഷ്യൻ തനിയേതന്നെ ഉയരുന്നതാണ്. മനുഷ്യനുയരുവാൻ ഇതരന്റെ ശീട്ടോ നീട്ടോ ആവശ്യമില്ല. മനുഷ്യൻ സർവ്വമനോഹരമായ തന്റെ മഹത്വത്തെ അനുസരിച്ചുകൊണ്ട് ഉയരുമ്പോൾ അവനെ പിടിച്ചു തള്ളുവാനോ താഴ്ത്തുവാനോ ശക്തിയുള്ള ഒരുവനേയും ഇവിടെ കാണുകയില്ല.

ഉദ്ഗതിയെ ലാക്കാക്കിക്കൊണ്ടുള്ള പുരോഗമന മഹോത്സവത്തിന്നിടയിൽ മരണത്തെത്തന്നെ പൂർവ്വാധികം ബലം നൽകുന്ന ആനന്ദനിദ്രയായി കരുതിപ്പോരുന്ന മനുഷ്യന്റെ മുന്നിൽ കത്തിജ്വലിക്കുന്ന ചൈതന്യാഗ്നിയിൽ ഭീമങ്ങളായ നിശ്ശേഷപ്രതിബന്ധങ്ങളും ശലഭങ്ങളത്രെ. ഉയർന്നുകൊണ്ടുള്ള സഞ്ചാരത്തിലാകുന്നു മനുഷ്യൻ. ഇവിടുത്തെ നാനാത്വങ്ങളും നാശങ്ങളും നിശ്ശേഷം നീങ്ങി സമൈക്യം കാണുക. അങ്ങനെ മനുഷ്യോചിതമായ ഐക്യദർശനം ചെയ്തുവരേയാണ് മഹാത്മാക്കളെന്നു വാഴ്ത്തിക്കൊണ്ട് ചക്രവർത്തികളും അധോവർത്തികളും എന്നും ബഹുമാന ഭക്തിപുരസ്സരം നോക്കിക്കാണുന്നതും ആരാധിക്കുന്നതും. മഹാത്മാക്കൾ മനുഷ്യരുടെ സഞ്ചാരമാർഗ്ഗം എത്രയും ഉയർന്നതാകുന്നുവെന്ന് നടന്നു കാണിച്ചുതന്ന മാതൃകാ പുരുഷന്മാരാകുന്നു. അത്ഭുതകരമായ നിലയിൽ ഉത്പതിക്കുകയും രാവും പകലുമെന്നില്ലാതെ ലോകത്തിനെന്നെന്നും വെളിച്ചം നൽകുന്ന ഭദ്രദീപം തെളിയിക്കുകയും ചെയ്തേ വിശ്രമിക്കുവാൻ മനുഷ്യന്നവകാശമുള്ളൂ. ഇത്രമാത്രം പവിത്രചരിത്രരായ മനുഷ്യൻ അവന്റെ തന്റേടത്തിന്നു ഒരുതരത്തിലും പറ്റാത്ത വിധം ഏറ്റവും താഴ്ന്ന ഭൂമിയിൽ

കൂടിയാണ് സഞ്ചരിച്ചു പോരുന്ന വസ്തുത മനസ്താപകരമത്രെ.

മനുഷ്യരെ സംബന്ധിച്ച പൊതുവിൽ ഒരു പരിശോധന കഴിക്കുന്നതായാൽ പരിതാപത്തിനല്ലാതെ വക കാണുന്നില്ല. ഇന്നും എന്നും പ്രായേണ മനുഷ്യർ തങ്ങളുടെ കടമകൾ പഠിക്കുന്നതിന്നുപകരിക്കുന്ന ആചാര്യന്മാരായി സ്വീകരിക്കുന്നത് ആര്യപുരുഷന്മാരേയോ സൂര്യൻ തുടങ്ങിയ ഉത്കൃഷ്ട വസ്തുക്കളേയൊ അല്ലെന്നും പ്രത്യുത വൈഷയിക പ്രലോഭനങ്ങൾക്ക് അടിമകളായിത്തന്നെവർത്തിക്കുന്ന മൃഗാദിജന്തുക്കളേയാണെന്നും കാണുവാൻ എളുപ്പമാണ്. മൃഗങ്ങൾ ഗുഹകളെ ശരണം പ്രാപിക്കുന്നു. പക്ഷികൾ കൂടുകെട്ടി അതിൽ അധിവസിക്കുന്നു; മനുഷ്യർ അതുകണ്ടു സന്തുഷ്ടരായി സ്വവിശ്രമത്തിന്നുതകുന്ന വീടുകൾ പണിചെയ്തു വരുന്നു; സ്വഭവനങ്ങൾ വളരെ ഭംഗിയോടും ഉറപ്പോടും ഉയർച്ചയൊടും കൂടി നിർമ്മിക്കുവാൻ തങ്ങൾ ശക്തരാകുന്നുവെന്ന മേന്മ പറയുവാൻ മനുഷ്യർക്ക് സാധിക്കുമായിരിക്കാം. എങ്കിലും ഭവനനിർമ്മാണ വിഷയത്തിലുള്ള ശുശ്രുഭ്രതന്മാർ വലിയ കേമന്മാരല്ലതന്നെ. ആണ്ടടക്കം ആഹാരത്തിനുള്ള ധാന്യാദികൾ ഒരുക്കുന്ന നമുക്ക് കൊയ്ത്തുകാലങ്ങളിൽ കണക്കിലേറെ നെന്മണികൾ ആവാസഗുഹകളിൽ സംഭരിച്ചുവെക്കുന്ന കാട്ടെലികളെക്കാൾ വലിയ വിലയൊന്നും പറയുവാനുണ്ടായിരിക്കില്ല.

പ്രകൃത്യാസിദ്ധങ്ങളായ ചില ഉപകരണങ്ങൾക്കൊണ്ട് മൃഗാദിജന്തുക്കൾ അവയുടെ ഗുഹ്യാംഗങ്ങളെ മറച്ചുനടക്കുന്നത് കണ്ടുകൊണ്ടിരിക്കുന്ന മനുഷ്യൻ സ്വന്തം നഗ്നത മറയ്ക്കുന്നതിന്നുതകുന്ന വസ്ത്രങ്ങൾ നിർമ്മിക്കുവാൻ നിയുക്തരായതെങ്ങിനെയെന്നു പറയേണമെന്നില്ല. സ്വച്ഛജലത്തിൽ കുളിക്കുകയും ചിറകാറ്റുകയും ചെയ്യുന്ന ചെറു പക്ഷികളുടെ ദിനചര്യകണ്ടുപഠിച്ച മനുഷ്യർ കാലേ കുളിച്ച് വൃത്തിയും അഴകും നേടുന്നുണ്ടെങ്കിൽ അത് അവരുടെ സ്ഥിതിക്കനുസരിച്ച ഔചിത്യം കൂടുന്ന ഒരധ്യയനമായി എന്നു കരുതിക്കൂട. വിസ്മയകരങ്ങളായ വിമാനങ്ങൾ പണിചെയ്തു വൈശിഷ്ട്യം കാണിച്ചാലും ചിറകുകൾ നിവർത്തി ഒട്ടും സ്വാതന്ത്ര്യഭംഗം തട്ടാതെ ആകാശപ്പുഴ നീന്തിക്കടക്കുന്ന പക്ഷികളുടെ ശിഷ്യത മനുഷ്യരിൽ ശേഷിച്ചുനിർക്കാതിരിക്കയില്ല. മനുഷ്യരുടെ മാഹാത്മ്യത്തിന്റെ മാനദണ്ഡം ഭൗതിക വിഭവങ്ങളുടെ സമ്പൂർണ്ണതാസമ്പാദനമല്ലാതന്നെ. ഇങ്ങിനെ പറയുന്നതുകൊണ്ടു ഐഹികപരിഷ്ക്കരണമൊ സാമ്പത്തിക ശക്തിയുടെ അഭിവർദ്ധനത്തിന്നുപയുക്തമായ പരിശ്രമമോ ആവശ്യമില്ലെന്നർത്ഥമാക്കരുത്.

മനുഷ്യന്റെ സാക്ഷാൽ സമ്പത്തും മനുഷ്യന്റെ സാക്ഷാൽ പരിഷ്ക്കാരവും ഇവയിൽ നിന്നെല്ലാം വളരെ വിദൂരത്തിലാണ് സ്ഥിതി

ചെയ്യുന്നതെന്നോർക്കണം. വസ്ത്രസംഭരണത്തിന്നുവേണ്ടിത്തന്നെ നിത്യം അടിപിടികൂട്ടുക; ആഹാരപദാർത്ഥ സ്വരൂപികരണത്തിനു വേണ്ടിത്തന്നെ നിത്യം സമരം നടത്തുക' ഇങ്ങനെ വിലയേറിയ സമയം മൃഗനിർവ്വശേഷമായ ജീവിതനിർവ്വഹണത്തിന് വേണ്ടിത്തന്നെ വ്യയം ചെയ്യുവാൻ മനുഷ്യർ സന്നദ്ധരാകുന്നത് ഒരു തരത്തിലും ക്ഷമിച്ചുകൂടാത്തതാണ്. ഐഹിക വിഭവങ്ങൾ ആവശ്യങ്ങൾ തന്നെ. എന്നാൽ എങ്ങിനെയൊക്കെ സംഭരിക്കപ്പെട്ടാലും അവയെ മാറ്റീത്തീർക്കുവാൻ എതിർശക്തികൾ ഒരുങ്ങിനിൽക്കുന്നുണ്ടെന്ന് സമ്പൂർണ്ണമായും വിശ്വസിക്കണം. കടൽത്തീരങ്ങളിൽ ചിലർ തോട്ടങ്ങൾ ഉണ്ടാക്കുന്നു; ഒരവസരത്തിൽ കടൽ കോപിക്കുകയും തിരകളാകുന്ന കരങ്ങൾ നീട്ടി അവയെ തട്ടിയുടക്കുകയും മറ്റൊരെടം കരയാക്കുകയും ചെയ്യുന്നു. അവിടെയും മനുഷ്യർ ചെല്ലുന്നു. പിന്നെയും ഫലം മുന്നേത്തുതന്നെ. മനുഷ്യർ ഇങ്ങനെ ഐഹികവിഭവങ്ങളുടെ അഭിവർദ്ധനത്തിൽ കൊതിക്കുന്നു. ഭഗ്നാശയരായിക്കുഴങ്ങുന്നു. കുഴങ്ങാതെ കഴിക്കുവാൻ ഈ താഴ്ന്ന ഭൂവിൽ ഒരേടത്തും സ്ഥാനമില്ല. അതു കൊണ്ട് വിവിധങ്ങളായ വൈവശ്യങ്ങൾ കണ്ടു പുഞ്ചിരിച്ചുകൊണ്ടുയരുവാൻ തക്കവണ്ണം തന്നെ കൂടുതൽ ശ്രദ്ധപതിപ്പിച്ച ഐഹിക പരിഷ്കരണബഹളങ്ങൾ നിർവ്വഹിക്കണം.

സർവ്വാത്മനാ മഹത്തതരങ്ങളായ ആദർശങ്ങളെ കൊട്ടാരങ്ങളിലും കുടിലുകളിലും സമ്പൂർണ്ണമായ സംഭരിക്കണം. ആ വഴിക്കുയരുവാൻ സർവ്വർക്കും സൗകര്യമുണ്ടാക്കണം. ലോകമാസകലം കാലാഗ്നിയിൽ വെന്തു വെണ്ണീറാകുവാൻ പോകുന്നു എന്നുവന്നാലും കുന്നിക്കും കൂസാതിരിക്കത്തക്കവണ്ണമുള്ള സഹനശക്തി, എങ്ങെങ്ങു ആക്രമങ്ങളും അനീതികളും അസമത്വങ്ങളും അസ്വസ്ഥതകളും കാണപ്പെടുന്നുവോ അങ്ങങ്ങു പാഞ്ഞെത്തി പരിഹരിപ്പാൻ പരിശ്രമിക്കുന്നതിന്നിടയിൽ വേണ്ടിവന്നെങ്കിൽ മരിപ്പാൻ കൂടി മടിക്കാതിരിക്കത്തക്കവണ്ണമുള്ള മനോധൈര്യം, വാളെടുത്തു വധിക്കുവാൻ വരുന്ന വൈരിയെക്കൂടി കഴുകി വിശുദ്ധനാക്കിത്തീർക്കത്തക്കവണ്ണം ധാരമുറിയാതെ പൊട്ടിപ്പുറപ്പെടുന്ന കാരുണ്യം, ആർക്കും തുറന്നുകാണുന്നതിനും നിശ്ശങ്കം വിശ്വസിക്കുന്നതിനും അനുപദം ഉപകരിക്കുന്ന മനോനൈർമ്മല്യം, നരകദ്വാരം തുറന്നുകാട്ടുന്ന അധർമ്മപ്പിശാചികയേയും നാകസൗധത്തിൽ തട്ടിക്കേറ്റുന്ന ധർമ്മ ദേവതയേയും ഏകക്ഷണത്തിൽ വേർതിരിച്ചറിയത്തക്കവണ്ണമുള്ള വിവേകം തുടങ്ങിയ ആദർശങ്ങളെ സംഭരിച്ചും പരിഷ്കരിച്ചും മനുഷ്യൻ ഉയരട്ടെ.

●

# മനുഷ്യർ മനുഷ്യരാവുക

ഏതൊരു പ്രവർത്തനപഥം തുറക്കപ്പെടുന്നതും മനുഷ്യരുടെ ബാഹ്യവും ആഭ്യന്തരവുമായ പരിഷ്ക്കാരത്തിനും അഭ്യുദയത്തിനും വേണ്ടിയാണെന്നുള്ളതിൽ പക്ഷാന്തരമുണ്ടാകുന്നതല്ല. ഈശ്വരന്റെ ലീലാ വിലാസങ്ങൾ വിവരിക്കുന്ന മതപുരുഷന്മാർ, ആശങ്കയും ഭയവും സംഭ്രവവും വളർത്തുന്ന എതൃശക്തികളുടെ മുന്നിൽ നിന്നു ഇടിവെട്ടും വണ്ണം പൊങ്ങുന്ന പീരങ്കികളുടെ ഭയങ്കരധ്വനിയെ വിജയകാഹളധ്വനിയെന്നുമാത്രം വകവെച്ചു മുന്നോട്ടു കടക്കുന്ന ദേശീയനേതാക്കന്മാർ, യാഥാസ്ഥിതികന്മാരാൽ കെട്ടിയുണ്ടാക്കപ്പെടുന്ന പ്രതിബന്ധ സഹസ്രപ്പാഴ്‌വേലികളെ തട്ടിപ്പൊളിച്ചുകൊണ്ട് പഴകിയ സമുദായമന്ദിരങ്ങളുടെ ജീർണ്ണോദ്ധാരണക്രിയ നടത്തുന്ന സമുദായ നായകന്മാർ, വിദ്യാഭ്യാസത്തെ നവംനവങ്ങളായ പദ്ധതികളിൽ കൂടി അവതരിപ്പിച്ചുകൊണ്ടിരിക്കുന്ന മഹാന്മാർ, എന്നിവരെല്ലാം മനുഷ്യസമുൽക്കർഷത്തെ അല്ലാതെ മറ്റെന്തൊന്നിനെയാണ് ലാക്കാക്കുന്നത്? സാത്താന്മാരുണ്ടെന്നു പറഞ്ഞു ഭയപ്പെടുത്തുന്നവരും ദേവന്മാരുടെ സന്നിദ്ധിയിലാണ് സകലവിധ സുഖങ്ങളും വിളങ്ങുന്നതെന്നു പറഞ്ഞു പ്രത്യാശിപ്പിക്കുന്നവരും ഒരു പോലെ മനുഷ്യ സമുദായത്തിന്റെ ഉയർച്ചതന്നെയാണാശിക്കുന്നത്. എന്നാൽ ആർതന്നെ എന്തുതന്നെ പ്രവർത്തിച്ചാലും മനുഷ്യർ സ്വയം തന്നെ മനുഷ്യരാകുവാൻ പ്രയത്നിക്കുന്നതുവരെ ഇവിടെ ആമോദിക്കത്തക്കവണ്ണമുള്ള മാറ്റം കാണപ്പെടുകയില്ലെന്നതിൽ ഇന്നു ഭ്രരംഗം ഒട്ടാകെത്തന്നെ പ്രസ്പഷ്ടദൃഷ്ടാന്തമാണ്.

കരുണയോടും കരുതലോടും കൂടി ചിന്തിക്കുന്നതായാൽ മനുഷ്യരുടെ നില ഏറ്റവും ദയനീയമാണെന്നു കാണുവാൻ ആർക്കും വിഷമമുണ്ടാകുന്നതല്ല. കൃത്യാകൃത്യവിവേകമില്ലായ്കയാലല്ല മനുഷ്യർ ഇങ്ങനെ ദയനീയന്മാരായിത്തീരുന്നത്. അകൃത്യം ഇന്നതെന്നും കൃത്യം ഇന്നതെന്നും ആന്തരമായ ഒരു വലിയ വെളിച്ചത്തിൽ ഏറെക്കുറെ എല്ലാവരും അറിയുന്നുണ്ട്. ആ അറിവിന്നെതിരായിട്ടാകുന്നു പരിഷ്കൃതരെന്നഭിനയിക്കുന്നവരും അപരിഷ്കൃതരെന്നനിലയിൽ താണു കിടക്കുന്നവരും ഒരു പോലെ ജീവിതനാടകം ആടുന്നത്.

കൃഷി സ്ഥലങ്ങളിൽ പ്രവേശിക്കരുതെന്നും, പ്രവേശിച്ചാൽ പ്രഹരം കിട്ടുമെന്നും അറിയാത്ത മൃഗങ്ങൾ ചുരുങ്ങും, എങ്കിലും അവസരം കിട്ടിയെങ്കിൽ ഉടമസ്ഥന്മാരെ വഞ്ചിച്ച് കൃഷി നഷ്ടപ്പെടുത്തുന്നു - ഇതാകുന്നുമൃഗധർമ്മം. ഈ സ്ഥിതിയിൽനിന്നും മനുഷ്യൻ മാറീട്ടില്ല. ഭൂലോകത്തിന്റെ ഏതുഭാഗം പരിശോധിച്ചാലും ഈ തത്വം എളുപ്പത്തിൽ ഗ്രഹിക്കാവുന്നതാകുന്നു!

ഇന്നത്തെ വിദ്യാഭ്യാസങ്ങളും മറ്റും മനുഷ്യന്റെ ഈ മൃഗാവസ്ഥയിൽ ഒന്നു കൂടി ശക്തി കൂട്ടുന്നു എന്നല്ലാതെ ചിന്തകന്മാർക്കു മറ്റൊന്നും പറവാൻ കഴികയില്ല. അന്യന്റെ സുഖസൗകര്യങ്ങളെ തടയരുത്. മറ്റൊരുവനെ വഞ്ചിക്കുന്നതു ശരിയല്ല; ആരേയും പരിഹസിക്കരുത്. ജനങ്ങളെ തമ്മിൽ തല്ലിക്കുന്നതു മര്യാദയല്ല; ഇതരന്മാരുടെ അധികാരാവകാശങ്ങൾ വിട്ടുകൊടുക്കേണ്ടതാണ്; വിലയേറിയ കാലപുരുഷന്റെ മനോഹരാവയവമായ അര നിമിഷനേരത്തെപ്പോലും വെറുതെ നശിപ്പിക്കരുത്; എന്നൊക്കെ അറിഞ്ഞുകൂടാത്ത ഒരു നിരക്ഷരനെങ്കിലും ഈ ലോകത്തിൽ ജീവിക്കുന്നുണ്ടോ? എന്നിട്ടുമെന്താണ് പ്രയോജനം? മൃഗങ്ങളുടെ സഹോദരത്വത്തിന്നു മനുഷ്യർ അഭിവാദനം തന്നെ ചെയ്യുന്നു. ഭഗീരഥപ്രയത്നം ചെയ്തിട്ടെങ്കിലും അന്യന്മാരുടെ ഗതി തടഞ്ഞു സ്വന്തം സുഖം സാധിക്കുവാനത്രെ അധികം പേരും പ്രയത്നിക്കുന്നത്. കക്ഷികൾ നോക്കി നിൽക്കെ കൈക്കൂലിവാങ്ങിയും ഉടമസ്ഥന്മാർ ഉറങ്ങിയിരിക്കെ ചുമരുതുരന്നും, എത്രപേർ പൊതുജനങ്ങളെ വഞ്ചിക്കുന്നു? നുണപറഞ്ഞു തമ്മിൽ തല്ലിക്കുന്നത് അധികം പേരുടെ നിത്യത്തൊഴിലായിത്തീർന്നിട്ടില്ലേ? ശീട്ടുകളി മുതലായ നിരർത്ഥജോലികളിൽപെട്ടു സമയം വെറുതെ വ്യയം ചെയ്യുന്ന കഥയില്ലാത്ത എത്രയോ മനുഷ്യന്മാരെ കൊട്ടാരങ്ങളിലും കുടിലുകളിലും കടന്നുചെല്ലുമ്പോൾ നാം കാണുന്നില്ലേ? അന്യന്മാരുടെ അധികാരവകാശങ്ങളെ ബലമായി തടയുന്നവരെ എവിടെയാണ് നാം കാണാത്തത്? ഇങ്ങിനെ കൃത്യബോധത്തിന്നെതിരായി ജീവിതസമരത്തിന്നൊരുങ്ങിയവരുടെ ഇടയിൽ ഏതൊരു പരിഷ്ക്കാരം പ്രവർത്തനമായാലും പ്രയോജനമില്ലെന്നു പറയേണ്ടിവരുന്നതിൽ വ്യസനമില്ലാതില്ല.

മനുഷ്യർ മൃഗസ്വഭാവം പൊതുവിൽ കൈവെടിയണം. ആന്തരമായ വെളിച്ചത്തിൽ കൂടി സുവ്യക്തം കാണപ്പെടുന്ന ആകൃത്യങ്ങളിൽ പ്രവേശിക്കാതിരിക്കണം. സ്വയം തന്നെ അറിയപ്പെടുന്ന മനോഹരങ്ങളായ കൃത്യങ്ങളെ എത്രതന്നെ പ്രതിബന്ധങ്ങൾ നേരിട്ടാലും മരിക്കുമെന്നുതന്നെ വന്നാലും പ്രയോഗികങ്ങളാക്കിത്തീർക്കുവാൻ ശ്രമിക്കണം; ഇങ്ങനെ ചെയ്യുമ്പോഴത്രെ മനുഷ്യർ മനുഷ്യരാവുക

●

## മനുഷ്യന്റെ കടമ

"ഈശ്വരൻ വിവിധങ്ങളായ ആകൃതികളോടും പ്രകൃതികളോടും കൂടിയ അനവധി ജീവജാലങ്ങളെ സൃഷ്ടിച്ചു. എങ്കിലും സംതൃപ്തനായില്ല. ഒടുവിൽ വിശേഷബുദ്ധിയോടുകൂടിയ മനുഷ്യനെ സൃഷ്ടിച്ചു സന്തുഷ്ടിയടഞ്ഞു." എന്നു ഒരു പ്രാചീനാചാര്യൻ പ്രവചിച്ചത് ഏറ്റവും പരമാർത്ഥമാണ്. എണ്ണിതീർക്കുവാൻ ആർക്കും കഴിയാത്തവണ്ണം പലമാതിരി ജീവികൾ ഇവിടെ അധിവസിച്ചുവരുന്നുണ്ടെങ്കിലും എതുശക്തികളോട് ബലമായെതിർത്തു പൂർണ്ണതയിൽ കടന്നുചെല്ലുവാൻ വിവേകദൃഷ്ടിയോടുകൂടിയ മനുഷ്യനല്ലാതെ നിർവ്വാഹമില്ല. ഇതരജീവികൾ പ്രകൃതിനിയമങ്ങൾക്കു കീഴടങ്ങിത്തന്നെ കാലയാപനം ചെയ്തുവരികയാണ്. പ്രകൃതിശാസനകളെ ഗുണദോഷിക്കുന്നതിന്നും പ്രകൃതിമറ നീക്കി അപ്പുറം കടന്നു സാക്ഷാൽ സ്വാതന്ത്ര്യം സാധിക്കുന്നതിനും വേണ്ടത്ര കഴിവോടുകൂടിയാണ് മനുഷ്യൻ ഇവിടെ വന്നിരിക്കുന്നതെന്നു മനുഷ്യത്വത്തിന്റെ മഹത്വം സൂക്ഷിച്ചു കണ്ടറിഞ്ഞുവരേവരും നിസ്സംശയം സമ്മതിക്കുന്നു. പശുപക്ഷിമൃഗാദികൾ പ്രകൃതിക്കു കീഴടങ്ങി ആഹാരവിഹാരാദികൾ സാധിച്ചു കാലയാപനം ചെയ്തുവരുന്നതിൽ വിസ്മയിപ്പാനില്ല. പ്രകൃതിയെ പൂർണ്ണമായും വിജയിച്ചു പൗരുഷം പ്രദർശിപ്പിക്കുവാൻ വന്ന മനുഷ്യൻ ജീവിതോദ്ദേശ്യം വിസ്മരിച്ചു മൃഗാദിസാധാരണങ്ങളായ സമ്പ്രദായങ്ങളെ അനുസരിക്കുവാൻ മാത്രം സമയം വിനിയോഗിക്കുന്നു എന്നുവന്നാൽ മനുഷ്യനെക്കൊണ്ടു പാവനസ്വർഗ്ഗമായിത്തീരുവാൻ കാത്തിരിക്കുന്ന ഈ ലോകം എന്നാണുദ്ദേശ്യമണയുക! ലക്ഷം മനുഷ്യരിൽ ഒന്നോ രണ്ടോ പേർ സ്വധർമ്മം എന്താണെന്നറിയുകയൊ അറിയുവാൻ ശ്രമിക്കുകയോ ചെയ്യുന്നുവെന്നു വന്നാലും പൊതുവിലുള്ള മനുഷ്യരുടെ നില നാളിതുവരെയും ലജ്ജാവഹമായിത്തന്നെ കഴിഞ്ഞുകൂടുകയല്ലേ? പരിഷ്കൃതമെന്ന് പലരാലും അഭിമാനിക്കപ്പെടുന്ന ഈ കാലഘട്ടത്തിൽ വിമാനമേറി ആകാശസഞ്ചാരം ചെയ്യുന്ന മനുഷ്യൻ അവന്റെ അടുത്ത് ചിറകൾ നിവർത്തിപ്പറക്കുന്ന ഒരു പക്ഷിയുടെ ഉദ്ദേശ്യത്തിൽ നിന്നു കവിഞ്ഞ ജീവിതധർമ്മം

തനിക്കുണ്ടെന്നു ധരിക്കാത്ത സ്ഥിതിക്ക് ഹാ! മനുഷ്യന്റെ പരാജയത്തെക്കുറിച്ച് എന്തുപറയട്ടെ. എല്ലാവർക്കും പൊതുവിൽ സ്വാതന്ത്ര്യസൗഖ്യം അനുഭവിക്കുവാനുള്ള ഈ ലോകവും ഇതിലുള്ള വസ്തുവകകളും എനിക്കെനിക്കുവേണമെന്നു വെച്ചു അടിപിടികൂട്ടുന്നതിൽ ലജ്ജ തോന്നാത്ത മരവിച്ച മനഃസ്ഥിതിയോട്ടുകൂടിയ മനുഷ്യൻ അവന്റെ അധഃപതനം കാണുവാൻ തീരെ അശക്തനായിത്തീർന്നുപോയി. ഏതായാലും മനുഷ്യൻ അവന്റെ മഹത്വത്തെ വിസ്മരിക്കുകയും ഇവിടെ നരകമാക്കിത്തീർക്കുകയും ചെയ്തു എന്നേ പറയേണ്ടതുള്ളൂ.

പുരുഷന്മാരോടൊപ്പം ധർമ്മരഥത്തെ മുന്നോട്ടു നയിക്കുന്നതിൽ ഭാഗഭാക്കുകളായിരിക്കേണ്ടവരാണ് സ്ത്രീജനങ്ങൾ. ചിലർ അവരെ ബോധവെളിച്ചമോ വെളിച്ചമോ തട്ടുവാൻ നിർവ്വാഹമില്ലാത്തവണ്ണം അടിച്ചുപൂട്ടിയിരിക്കുന്നു. മറ്റു ചിലർ ദാമ്പത്യധർമ്മത്തിൽക്കൂടി കരാറെഴുതി റജിസ്റ്റർ ചെയ്യിക്കത്തക്കവണ്ണം അവരെ തുറന്നു വിട്ടിരിക്കുന്നു. പശുക്കളൊ പക്ഷികളൊ ഈ വിധം ദുരവസ്ഥയിൽ ഇതുവരെ കാലൂന്നീട്ടില്ലെന്നു പറയുവാനിടവന്നതിൽ വ്യസനിച്ചിട്ടും പ്രയോജനമില്ല. സുഖം സാധിക്കണമെന്നാണ് സകലരും പ്രത്യാശിക്കുന്നത്. ഉടമസ്ഥനും അടിമസ്ഥനും ഇക്കാര്യത്തിൽ വ്യത്യാസബുദ്ധിയില്ല. ധാർമ്മികമായ മാർഗ്ഗത്തിൽക്കൂടിയല്ലാതെ സുഖം സാക്ഷാൽക്കരിക്കുവാൻ സാധിക്കുന്നതുമല്ല. ധർമ്മവഴിയിൽ കൂടി മുന്നോട്ടു പോകുവാൻ പൊതുവിൽ ഒരുക്കമില്ലതാനും. പിന്നെ എവിടെനിന്ന്, എങ്ങനെ സുഖം ലഭിക്കും? സ്ഥിരമായ ഉത്സാഹത്തിന്റെ ഫലം കൊണ്ട് അവരവരേയും ദൗർഭാഗ്യവശാൽ ക്ലേശിക്കുന്ന മറ്റുള്ളവരെയും സുഖിപ്പിക്കത്തക്ക വിധം സൃഷ്ടിക്കപ്പെട്ട മനുഷ്യരിൽ സമർത്ഥന്മാരെന്നഭിമാനിക്കുന്ന പലരും മറ്റുള്ളവരെക്കൊണ്ട് രാപ്പകൽ ജോലി ചെയ്യിക്കുകയും അവരുടെ പ്രയത്നഫലത്തെ താന്താങ്ങളും സന്താനങ്ങളും അനുഭവിച്ചുവരികയും ചെയ്യുന്നത് ഒരുപക്ഷേ ക്ഷതവ്യമാണെന്നു വന്നാൽ തന്നെയും ധർമ്മദ്വാരത്തെ കല്ലിട്ടടയ്ക്കുന്ന അത്തരക്കാർ നാട്ടിൽ പ്രമാണികളായി സ്ഥിതി ചെയ്യുന്നു എന്നത് എങ്ങനെ സഹിക്കും? മനുഷ്യവംശത്തെ ഇന്നു കാണുന്നവിധം മുടിച്ചുകൊണ്ടിരിക്കുന്നത് മടിയന്മാരാണെന്നു പറഞ്ഞാൽ തീരെ തെറ്റില്ലെന്നു തോന്നുന്നു. ജീവിക്കത്തക്കവണ്ണമുള്ള പോഷകാംശത്തെ വൃക്ഷങ്ങൾ ഭൂമിയിൽ നിന്നും മറ്റും സംഭവിക്കുമ്പോൾ അവയുടെ ശാഖകളിൽ വന്നുപറ്റിയ ഇത്തിക്കണ്ണികൾ ആ പോഷകാംശത്തെ ബലാൽ എടുത്താഹരിക്കുകയും ആവാസവൃക്ഷങ്ങളെ ഉണക്കുകയും ഇത്തിക്കണ്ണികൾ തനിയെ ഉണങ്ങുകയും ചെയ്യുന്നത് നാം പലപ്പോഴും കണ്ടുവരുന്ന ഒരു കാഴ്ചയാണെങ്കിലും അതിനെ പ്രകൃതത്തിനോടൊപ്പിക്കുവാൻ നമ്മിൽ അധികം പേരും ശ്രദ്ധിക്കുമാറില്ല. മടിയന്മാർ വരുത്തിക്കൂട്ടിയ ശല്യങ്ങൾ ആർതന്നെ

നീക്കിയാലും നീങ്ങുകയില്ലെന്ന് തോന്നിക്കത്തക്കവണ്ണം അത്രയും ഭയാനകങ്ങളാണ്.

വല്ലവർക്കും രോഗം പിടിപെടുമ്പോൾ ഔഷധങ്ങൾ സംഭരിക്കുന്നതിന്നോ കഷായം പാകം ചെയ്യുന്നതിന്നോ അതു സേവിപ്പിക്കുന്നതിന്നോ സാധിക്കുകയില്ലെന്നുവെച്ച് അമ്പലങ്ങളിൽ വഴിപാടിന്നു പണം കൊടുക്കുവാനും അതു ശരിയെന്നു പറയിക്കുവാൻ പ്രശ്നകാരനെ സൃഷ്ടിക്കുവാനും ഒരുങ്ങിയ നമ്മുടെ നാട്ടിലെ മടിയന്മാരുടെ മനോഭാവം ഇപ്പറയപ്പെട്ട സംഗതിയിൽ പ്രസ്പഷ്ടദൃഷ്ടാന്തമല്ലേ? ചിന്താവിമുഖന്മാർക്കാസകലം ആശാവേശം ജനിപ്പിക്കുന്ന സ്വർഗ്ഗങ്ങൾ ഏതാൻ ചില മടിയന്മാരുടെ മനോബലകന്മാരാൽ സങ്കല്പം കൊണ്ടു സൃഷ്ടിക്കപ്പെട്ടവയല്ലയോ എന്നു കൂടി തോന്നിപ്പോകുന്നു. സ്വർഗ്ഗത്തിൽ ചെന്നാൽ ഗംഗാഭഗവതി അടുത്തുവന്ന് ശുദ്ധീകരിക്കും; വീടുകൾ പണിചെയ്യേണ്ടുന്ന ആവശ്യമില്ല; തനിയേതന്നെ കെട്ടിടങ്ങൾ പ്രത്യക്ഷപ്പെട്ടുകൊള്ളും; ആഹാര സാധനങ്ങളെ അന്വേഷിക്കുകയോ അവയെ പാകം ചെയ്‌വാൻ പരിശ്രമിക്കുകയോ ഒന്നും തന്നെ ആവശ്യമില്ല; വിചാരക്ഷണത്തിൽ ഇഷ്ടമുള്ള ആഹാരപദാർത്ഥങ്ങൾ വദനഗഹ്വരങ്ങളിൽ വന്നു വീണുകൊള്ളും; എന്നുവേണ്ട സ്വർഗ്ഗം എന്ന ഒരു രംഗം മടിയന്മാർക്കല്ലാതെ സർവ്വേശ്വരനുതന്നെ സൃഷ്ടിക്കുവാൻ കഴികയില്ല എന്നേ പറയുവാൻ തോന്നുന്നുള്ളൂ.

ഈ ലോകത്തിൽ യോഗവും ക്ഷേമവും നിലനിറുത്തുവാൻ അധികാരികളും അവകാശികളും മനുഷ്യരാണെന്ന് എന്തിനു പറഞ്ഞറിയിക്കുന്നു? എനിയെങ്കിലും മനുഷ്യർ ജാതിഭേദവും മതഭേദവും രാജ്യഭേദവും മറന്നു എല്ലാവരും സഹോദരരാണെന്നുവെച്ചു ആലസ്യം ഉപേക്ഷിച്ചു. പൊതുവിലുള്ള അഭ്യുദയത്തിനുവേണ്ടി പ്രവൃത്തി തുടരേണ്ടിയിരിക്കുന്നു. ഇക്കാര്യത്തിൽ കൊട്ടാരങ്ങളിലും കുടിലുകളിലും അധിവസിച്ചുവരുന്ന ഓരോ വ്യക്തിക്കും ഒരു പോലെ ശ്രദ്ധ പതിയക്കത്തക്കവണ്ണമാണ് വസ്തുസ്ഥിതിയുള്ളത്. നമ്മുടെ ഈ ജന്മ ഭവനത്തിൽ- നമുക്കു സസന്തോഷം കളിപ്പാനുള്ള ഈ നാടകശാലയിൽ-നമ്മാൽ നിദ്രാസുഖം അനുഭവിക്കപ്പെടുവാനുള്ള ഈ ഉറക്കറയിൽ - നമുക്കായി ആഹാരസാധനം തയാറാക്കപ്പെട്ടിട്ടുള്ള ഈ ഭോജനശാലയിൽ- കടന്നുകൂടീട്ടുള്ള അഴുക്കുകയും അഴിമതികളും അകറ്റുവാൻ നമ്മെ അല്ലാതെ വേറെ ആരേയും ദൈവം സൃഷ്ടിച്ചിട്ടില്ലെന്ന് നാം ഓരോ പേരും കാര്യമായും ധൈര്യപൂർവ്വകമായും ഓർക്കേണ്ടതാകുന്നു.

•

# സ്വാതന്ത്ര്യം സമ്പാദിക്കുക

ഇന്ന് ലോകമെങ്ങും മുഴങ്ങുന്ന ഒരു മംഗളധ്വനിയാണ് സ്വാതന്ത്ര്യമെന്നുള്ളത്. സമുദായമന്ദിരങ്ങളുടെ അന്ധകാരം നിറഞ്ഞ അറകളിൽ കിടന്ന തട്ടിയാലും മുട്ടിയാലും ഉണരാത്തവണ്ണം ഗാഢനിദ്ര അനുഭവിച്ചുവന്നവർകൂടി സ്വാതന്ത്ര്യധ്വനിയുടെ മാറ്റൊലി കേട്ടു ഞെട്ടിയുണരുകയും എഴുന്നേൽക്കുകയും മുന്നോട്ടുകുതിക്കുകയും ചെയ്തുതുടങ്ങിയിരിക്കുന്നു. സ്വാതന്ത്ര്യം, സ്വാതന്ത്ര്യം എന്നുള്ളതത്രെ ഇന്നത്തെ മഹാമന്ത്രം. കൂടുകളിൽ അടക്കപ്പെട്ട കിളികളും, തൊഴുത്തുകളിൽ ബന്ധിക്കപ്പെട്ട പശുക്കളും, ചങ്ങലയ്ക്കിട്ട പട്ടികളും പ്രതിബന്ധങ്ങൾ തട്ടിനീക്കി, സ്വതന്ത്ര്യം സമ്പാദിപ്പാൻ ബദ്ധപ്പെട്ടുകൊണ്ടിരിക്കയാണെന്നു നാം കാണുന്നു. വല്ല തടസ്സങ്ങളും നേരിടുമ്പോൾ അവയിൽ നിന്നു വിട്ടുമാറുവാനും വിശാലമായ ആകാശത്തിൽ തല ഉയർത്തുവാനും വൃക്ഷങ്ങൾകൂടി ശ്രമിക്കുന്നു. ഇങ്ങിനെ ചരജീവികളെന്നല്ല അചരജീവികൾ കൂടി സ്വാതന്ത്ര്യത്തെ സമ്പാദിക്കുവാൻ നീക്കം കൂടാതെ വേലചെയ്തുവരികയാണ്. ആകയാൽ ജീവരാശികളുടെ മുന്നണിയിൽ നിൽക്കുന്ന മനുഷ്യൻ സ്വാതന്ത്ര്യ സമ്പാദനത്തിൽ സത്വരനാകുന്നതു വിസ്മയകരമല്ല. ശയ്യാതലങ്ങളിൽ മലർന്നുകിടക്കുന്ന കൊച്ചു കുഞ്ഞുങ്ങൾ കൈകാലുകൾ ഇളക്കുന്നു; കമിഴ്ന്നു വീഴുവാൻ ഉദ്യമിക്കുന്നു; മുട്ടുകുത്തി നടക്കുവാൻ നോക്കുന്നു; കസാലയോ മേശയൊ ആശ്രയിച്ചു നിവർന്നു നിൽക്കുവാൻ ശ്രമിക്കുന്നു; വീണാലും എഴുന്നേറ്റു വീണ്ടും നിൽക്കാനും പിഞ്ചുകാലുകൾ ഊന്നി ഊന്നി നടപ്പാനും തുടങ്ങുന്നു. ഈ വിധത്തിൽ പരാധീനതയിൽനിന്നും വിട്ടൊ ഴിയുവാനും സ്വാതന്ത്ര്യം കരസ്ഥമാക്കാനും ഓമനക്കുഞ്ഞുങ്ങൾ നമ്മുടെ ഭവനങ്ങളിൽ നിന്നും രാവും പകലും പ്രയത്നിക്കുന്നതു കണ്ടു പഠിച്ചു കൊണ്ടിരിക്കുന്ന നാം നമ്മുടെ ഉൽപതിഷ്ണുത്വം തടയുന്ന നാനാമുഖങ്ങളായ പാരതന്ത്ര്യങ്ങളെ പരിഹരിപ്പാനും സ്വാശ്രയജീവിതം അനുസരിപ്പാനും ആഗ്രഹിക്കുന്നതും തദനുകൂലമായി പ്രവർത്തിക്കുന്നതും പ്രകൃതിവിരുദ്ധമല്ലെന്നു പറയേണ്ടതില്ല. നമുക്കു ഉൽകൃഷ്ടമായ മനുഷ്യജീവിതം കൊണ്ടു വല്ലതും സാധിക്കുവാനുണ്ടെങ്കിൽ അതു സ്വാതന്ത്ര്യം

സമ്പാദിക്കുക എന്നുള്ളതല്ലാതെ മറ്റൊന്നുമില്ല. സംശയമില്ല, സകല ജീവരാശികൾക്കും പൊതുവിൽ അവകാശപ്പെട്ടതും, മനുഷ്യത്വപ്രാപ്തിയോടുകൂടി മാത്രം സമ്പൂർണ്ണമായി സമ്പാദിപ്പാൻ കഴിയുന്നതും ആയ ഒന്നത്രെ സ്വാതന്ത്ര്യം. ജീവിത രഹസ്യമായ ഈ സ്വാതന്ത്ര്യ ചൈതന്യത്തിന്റെ ഉള്ളിൽ നിന്നുള്ള തള്ളിച്ചമൂലം അതിനെ ജീവിത ഭൂവിൽ സ്ഥിരമായി പ്രതിഷ്ഠിക്കുവാൻ വേണ്ടി ഇതര ജീവികൾ അനുകൂലങ്ങളായ വശങ്ങൾ ഒന്നുംതന്നെ അറിയാതെ എന്തൊക്കെയോ പ്രക്രമിക്കുകയാണ് ചെയ്യുന്നത്. എന്നാൽ മനുഷ്യരിൽ അധികം പേരുടേയും സ്വാതന്ത്ര്യപരങ്ങളായ പരിശ്രമങ്ങൾ അപ്രകാരം തന്നെയാണ് കലാശിക്കുന്നത്! സ്വാതന്ത്ര്യം ആത്മീയമാണെന്ന വിശ്വാസം പലരും വിസ്മരിച്ചപോലെ തോന്നുന്നു. പുറമെ നിന്നു ബലപ്രയോഗം നടത്തി പിടിച്ചെടുക്കപ്പെടാവുന്ന ഒന്നാണ് സ്വാതന്ത്ര്യമെന്നാകുന്നു അധികം പേരുടേയും വിശ്വാസം. അതുകൊണ്ടാണ് കൈപൊക്കാനും, കാലിളക്കാനും പലരും ഉപദേശിക്കുന്നത്.

തന്നിൽ തന്നെ സ്ഥിരതയുണ്ടാക്കുക - യാതൊരു എതൃശക്തികളുടേയും ബലാൽക്കാരത്തിന്നു താൻ കീഴടങ്ങാതിരിക്കുക - താൻ ഒന്നിന്നും അടിമയാകാതിരിക്കുക - അതാണ് സ്വാതന്ത്ര്യം. ഏതുകാര്യം സാധിക്കുവാൻ ശ്രമിക്കുമ്പോഴും അതിന്നൊരു വ്യവസ്ഥ ആവശ്യമായിരിക്കുന്നതുപോലെ സ്വാതന്ത്ര്യസമ്പാദനത്തിലും ഒരു ഉചിതമായ സമ്പ്രദായം അനുസരിക്കേണ്ടതായിട്ടുണ്ട്. തനിക്ക് ഏറ്റവും അടുത്തുള്ള എതൃശക്തികളേയാണ് താൻ ആദ്യം കീഴടക്കുവാൻ നോക്കേണ്ടത്. തോക്കും, കുന്തവും സ്വാധീനത്തിൽ നിറുത്തിയെ ജാതിശ്രേഷ്ഠത മുതലായവ ലാക്കാക്കിയൊ ഏതാനും ചിലർ കാട്ടുന്ന മൃഗോചിതമായ അനൌചിത്യം കണ്ടു അതാണ് സ്വാതന്ത്ര്യമെന്നു തെറ്റിദ്ധരിച്ച തദനുകൂലം വേലചെയ്യുന്നതു ഒരു തരത്തിലും സ്വാതന്ത്ര്യ പരിപാലനത്തിനനുകൂലിക്കുകയില്ല. അതു മനുഷ്യരെ കുറേക്കൂടി ഭയങ്കരമൃഗത്വത്തിൽ വളർത്തുവാനേ പറ്റുകയുള്ളൂ. എന്നുമാത്രമല്ല അതു ആനന്ദപ്പൂന്തേൻ ചൊരിയുന്ന സ്വാതന്ത്ര്യപ്പൊൻവള്ളിയെ ഭസ്മീകരിക്കുന്ന ഇടിത്തീയായി തീരുമെന്നുകൂടി കരുതേണ്ടതുമാണ്. മനുഷ്യനെ അടിമയാക്കുന്ന ഏറ്റവും അടുത്ത എതൃശക്തികൾ അവന്റെ മനസ്സും ഇന്ദ്രിയങ്ങളും പരിസരാവസ്ഥകളുമാണ്. അവയത്രെ മനുഷ്യനെ പാരതന്ത്ര്യപങ്കത്തിൽ തള്ളിവിട്ടതും വിടുന്നതും. മാനസ ചാപലങ്ങൾക്കൊ ഇന്ദ്രിയങ്ങളുടെ ആകർഷണങ്ങൾക്കൊ പരിസരാവസ്ഥകൾക്കൊ ഒരിക്കലും ഒന്നുകൊണ്ടും കീഴടങ്ങാതിരിക്കത്തക്കവണ്ണം തന്റേടം സമ്പാദിക്കുകയാകുന്നു സ്വാതന്ത്ര്യചിന്തയെ സാഫല്യപ്പെടുത്തുവാനുതകുന്ന പ്രഥമവും പ്രധാനവും ആയ തന്ത്രം. ലോക

രഹസ്യം നിസ്സംശയം തുറന്നുകണ്ട മഹർഷീശ്വരൻമാർ ഒന്നാമതായി ശമം ദമം, തുടങ്ങിയ സാധനങ്ങൾ സമ്പാദിക്കുവാൻ സന്ദേശിക്കുന്നത് ഈ വാസ്തവത്തെ മുൻനിർത്തിക്കൊണ്ടാണെന്നു നല്ലപോലെ ചിന്തിക്കേണ്ടതാണ്. ശമമെന്നതിനു മനസ്സിനെ കീഴടക്കുകയെന്നും ദമയെന്നതിന്നു ഇന്ദ്രിയങ്ങളെ ഒതുക്കുകയെന്നും അർത്ഥമാകുന്നു. തന്റെ മനോവികാരങ്ങളും ഇന്ദ്രിയബലാൽക്കാരങ്ങളും അടക്കുവാൻ കഴിയുന്ന സ്വതന്ത്രന്റെ ഒറ്റരോമം പോലും വിറപ്പിക്കുവാൻ ആയിരം സാമ്രാജ്യശക്തികൾ പോലും ഒത്തൊരുമിച്ച പ്രയത്നിച്ചാലും കഴിയുന്നതല്ല. ഏതാദൃശസ്വാതന്ത്ര്യം സമ്പാദിക്കാത്തവർ അരമനയിലെ പൊൻ കട്ടിലിൽ പട്ടുമെത്തയിൽക്കിടന്നു തങ്കപ്പങ്കയുടെ കാറ്റേറ്റു വിശ്രമിച്ചാലും അടിമകൾതന്നെ. അതുകൊണ്ടു മതമഹാസന്ദേശം ആശ്രയിച്ച ആത്മീയമായ സ്വാതന്ത്ര്യം സമ്പാദിക്കുക!

•

# ഗാന്ധിജിയും ശാസ്ത്രവ്യാഖ്യാനവും

## I

അയിത്തം മുൻനിറുത്തി മഹാത്മജിയാൽ പണ്ഡിതലോകത്തിന്റെ മുമ്പിൽ സമർപ്പിക്കപ്പെട്ട പത്തുചോദ്യങ്ങൾ അനവദ്യങ്ങൾ ആണെന്നും അവ അനാചാരദുർഭ്രതങ്ങളെ ഉച്ചാടനം ചെയ്യുന്നതിന്നു പോരുന്ന ഗുരുതരങ്ങളായ മന്ത്രങ്ങളാണെന്നും വിവേകശാലികൾ സശിരഃകമ്പം സമ്മതിച്ചുകഴിഞ്ഞിരിക്കുന്നു. യാഥാസ്ഥിതികത്വത്തെ യഥാപൂർവ്വം നിലനിർത്തണമെന്നുദ്ദേശിച്ചുകൊണ്ടു അവയ്ക്കുത്തരം പറയുകയെന്നതു ദുശ്ശകമെന്നല്ല, അശക്യമെന്നുതന്നെ തീർച്ചപ്പെട്ടിരിക്കയാണ്. പാരദേശികന്മാരായ യാഥാസ്ഥിതിക പണ്ഡിതന്മാർപോലും അവയ്ക്കുത്തരം പറയാതെ അടങ്ങിയൊതുങ്ങിയിരിക്കുന്നതു പഠിപ്പില്ലാഞ്ഞിട്ടല്ലെന്നും പ്രത്യുത പഠിപ്പുള്ളതുകൊണ്ടാണെന്നും ആർക്കാണറിഞ്ഞുകൂടാത്തത്? ശാസ്ത്രീയമായരംഗത്തിൽ അടിയുറച്ചു നിന്നുകൊണ്ടു സമരം നടത്തി അയിത്തം തുടങ്ങിയ നാരകീയങ്ങളായ അനാചാരങ്ങളെ സദാചാരങ്ങളാക്കിത്തീർക്കുവാൻ ആർക്കും കഴികയില്ലെന്ന വസ്തുത വേദശാസ്ത്രപുരാണാദികളെ ഒരു തവണ വായിച്ചുകേൾക്കുകയെങ്കിലും ചെയ്തവർക്കുകൂടി സുഗ്രഹമാണ്. കാശി ഹിന്ദുസർവ്വകലാശാല പ്രധാനാദ്ധ്യാപകനായ ധ്രുവാചാര്യർ ഈ വാസ്തവത്തെയല്ലെ തുറന്നുപറഞ്ഞതും? വസ്തുസ്ഥിതിയങ്ങിനെയിരിക്കെ മറുപടിയൊന്നു പറഞ്ഞുനോക്കാമെന്നുകരുതി തൂലികയുമെടുത്തു 'സനാതന' ഹിന്ദുവിൽകൂടി ഒരു കേരളീയനായ പൂൽപാക്കര ദാമോദർ നമ്പൂതിരിപ്പാടവർകൾ പുറപ്പെട്ടതുകണ്ടു കേരളീയരായ ഞങ്ങൾ കണ്ണിതിരായിത്തീർന്നിരിക്കുന്നു. "കേരളധരെ നീയിത്രനിർഭാഗ്യയൊ' എന്നിങ്ങനെ ഒരു മാന്യകവി ചെയ്ത ചോദ്യത്തിലടങ്ങിയിരുന്ന ഗൗരവം ഇപ്പോഴല്ലെ സവിശേഷം പ്രത്യക്ഷപ്പെട്ടത്? പിതാക്കൾ പിതാമഹന്മാർ തുടങ്ങിയവരാൽ താളം

ചവുട്ടി ഉല്ലസിക്കുന്നതിന്നു രംഗങ്ങളായുപയോഗിക്കപ്പെട്ട പാവങ്ങളുടെ ശിരോഗോളങ്ങളെ കുറെക്കാലത്തേക്കുകൂടി സ്വാതന്ത്ര്യപൂർവ്വം ഉപയോഗിക്കുവാൻ കിട്ടുമെങ്കിൽ നന്നെന്നുകരുതി വ്യാപരിക്കുന്നത് ഒട്ടും അസ്വാഭാവികമല്ല.

അതിരിക്കട്ടെ നമ്പൂതിരിപ്പാടെന്തൊക്കെയാണ് പ്രകടിപ്പിക്കുന്നതെന്നു നോക്കാം. ചോദ്യങ്ങളെ പൊതുജനതയുടെ മുമ്പിൽ സമർപ്പിച്ചതു മഹാത്മജിയും ഉത്തരം പറയുന്നതു നമ്പൂതിരിപ്പാടുമാണല്ലോ. എന്നാൽ ചോദ്യകർത്താവായ മഹാത്മജിക്കു കൊക്കിന്റെയും ഉത്തരകർത്താവായ തനിക്കു അരയന്നത്തിന്റെയും സ്ഥാനത്തെയാണ് നമ്പൂതിരിപ്പാടവർകൾ പ്രസ്പഷ്ടം ആദേശിക്കുന്നത്. ആ ഹംസബകന്യായത്തെ വെളിപ്പെടുത്തുന്നതിന്നു നമ്പൂതിരിപ്പാടവർകൾ ഒരു പദ്യത്തെ മുൻനിറുത്തുകയും ചെയ്യുന്നു. പദ്യം ഇതാണ്.

*കസ്ത്വം ലോഹിതലോചാനാസ്യചരണോ?*
*ഹംസഃ കുതൊ? മാസാത്*
*കിം തത്രാസ്തി? സുവർണ്ണ പങ്കജവനം*
*ചാംഭസ്സുധാ സന്നിഭം*
*ഭ്രയഃ കിംകഥയസ്വ? വിദ്രുമലതാ*
*പുഷ്പം ച സൗഗന്ധികം*
*ശംബുകാഃകിമുസന്ധി? നേ, തിചബകൈ*
*രാകണ്ണ്യ, ഹീ ഹീ കൃതം.*

നന്നായില്ലേ? മഹാത്മജി കൊക്കും നമ്മുടെ നമ്പൂതിരിപ്പാടവർകൾ അരയന്നവും തന്നെ സംശയമില്ല. പക്ഷെ പ്രസ്തുത പദ്യത്തിൽ കുറച്ചൊരു സാംഗ്യത്യമുണ്ടെന്നും ആകയാൽ പാഠം ഒന്നുമാറ്റണമെന്നുമാണ് പല പണ്ഡിതന്മാരുടെയും മതം. കൊക്കിന്നു 'ഹീ ഹീ' കരിക്കലറിയുകയില്ലെന്നും 'കൊക്കോ' കരിക്കലാണ് അതിന്നു പരിയമുള്ളതെന്നും 'ഹി ഹി ഹി' എന്നിങ്ങനെ ചിലക്കുമാറുള്ളത് ഗർദ്ദഭമാണെന്നും അതുകൊണ്ട് പാഠം ഒന്നു മാറ്റാതെ കഴികയില്ലെന്നമാണ് അവർ പറയുന്നത്. പ്രകൃതപദ്യത്തിൽ അവർ ചെയ്തിട്ടുള്ള പാഠഭേദം ഇങ്ങിനെയാണ്. അതാവത്:

*കസ്ത്വം വാജി മുഖോസി ഗർദ്ദഭപതിഃ*
*കസ്മാത്? തൃണോർവ്വതിലാത്*
*കിം തത്രാസ്തി? മലം നവാർജ്ജിതമലം*
*ശ്വാനശ്ച ദീനദ്രുഹഃ*
*ഹേമാം ഭോരുഹ സുന്ദരം കിമുസരോ?*
*നോരാജഹംസ! ഭ്രമാദ്*
*വ്യാഹൃത്യേതി വിഹസ്യതേന സുതരാ-*

*മഹന്ത ഹീ ഹീ കൃതം*

ഇതതേ പാഠാന്തരം. ഇതിൽ അഭിപ്രായഭേദമുണ്ടെങ്കിൽ പുല്ലാരക്കരയിൽ തന്നെ മറുപടി പറയുമല്ലോ. ആ ഹിംബകന്യായത്തേക്കാൾ ഹംസഗർദ്ദഭന്യായത്തിന്നാണ് ഇവിടെ കൂടുതൽ ഔചിത്യം കൂട്ടകയെന്നതന്നെയാകുന്നു ഞങ്ങളുടെയും വിശ്വാസം

## II

"അയിത്തം ശാസ്ത്രപ്രകാരം എന്താണ്?" എന്ന മഹാത്മജിയുടെ ഒന്നാമത്തെ ചോദ്യത്തിന്നു നമ്പൂതിരിപ്പാടവർകൾ പറയുന്ന മറുപടികേൾക്കുക. "തനിക്ക് ബന്ധമുള്ളവരുടെ ജനനമരണങ്ങൾകൊണ്ടു ശരീരത്തിലുണ്ടാകുന്നതും പതിനൊന്നാം ദിവസവും മറ്റും സ്നാനം ചെയ്താൽ പോകുന്നതുമായ പുലപോലെ അയിത്തമെന്നതു അധോജാതിക്കാരുടെ സമ്പർക്കംപറ്റിപ്പോയാൽ ദേഹത്തിലുളവാകുന്നതും സ്നാനാദികൾക്കൊണ്ടു നശിക്കുന്നതുമായ ഒരു അതീന്ദ്രിയപദാർത്ഥമാണ്. അയിത്തക്കാർ എന്ന വാക്കിന്നു ഏവരുടെ സമ്പർക്കത്തിലാണോ ഉപരിജാതിക്കാരിൽ അയിത്തമുണ്ടാകുന്നതു അത്തരക്കാർ എന്നർത്ഥമാകുന്നു. പുല, തീണ്ടാരി, അയിത്തം എന്നീ അശുദ്ധികൾ ശാസ്ത്രം വഴിക്കല്ലാതെ ഗ്രഹിക്കാൻ കഴിയാത്തതിനാൽ ലൗകികങ്ങളല്ല. ലൗകികമെന്നും അലൗകികമെന്നും പദാർത്ഥം രണ്ടുവിധമുണ്ട്. പ്രത്യക്ഷാദിപ്രമാണങ്ങളെകൊണ്ടു ഗ്രഹിക്കുന്നതു ലൗകികവും ശാസ്ത്രഗമ്യമായത് അലൗകികവുമാകുന്നു.

അയിത്തം സംബന്ധിച്ച നമ്പൂതിരിപ്പാടവർകൾ കൊണ്ടുവന്ന ശാസ്ത്രം നമ്പൂതിരിപ്പാടവർകളെ വാദരംഗത്തിൽനിന്നും തിരിച്ചയക്കുന്നതിന്നു പോരുന്ന ഒരു ശാസ്ത്രമായിട്ടാണ് തീർന്നിരിക്കുന്നത്. അയിത്തം അതായത് അശുദ്ധി എന്നത് ഒരു അതീന്ദ്രീയ പദാർത്ഥമാണോ? ഓട്ടുപാത്രം മുതലായവയിൽ അശുദ്ധി ഉളവാക്കുന്നതും വെണ്ണീർ മുതലായ ഇട്ടുതേച്ചു കഴുകിയാൽ അശുദ്ധി നീങ്ങുന്നതും ആർക്കാണ് കാണ്മാൻ കഴിയാത്തത്? അശുദ്ധിയെ ഒരു അതീന്ദ്രയ പദാർത്ഥമാക്കേണ്ടുന്ന ആവശ്യമെന്ത്? അയിത്തം എന്നതിന്നു അശുദ്ധിയെന്നാകുന്നു അർത്ഥമെന്നും അത് പ്രത്യക്ഷസിദ്ധമാണെന്നും പറയരുതൊ? പക്ഷേ ചില മനുഷ്യരെ ദ്രോഹിക്കുവാനുള്ള ആയുധമായ അയിത്തമെന്ന ദുരാചാരത്തെ നിലനിർത്തുവാൻ അതുകൊണ്ടു സാധിക്കയില്ലെന്നു കരുതിയായിരിക്കണം ഈ ഉപായം പ്രയോഗിക്കപ്പെട്ടുന്നത്. പക്ഷേ കാണ്മാൻ കഴിയാത്തതും കുളിച്ചാൽ പോകുന്നതുമായ അത്തരം ഒന്നു അധഃകൃതരിൽ നിന്നും

ഉയർന്നവരെന്നു പറയപ്പെടുന്നവരുടെ ശരീരങ്ങളിൽ പാഞ്ഞുകേറുന്നുണ്ടെന്നു പറഞ്ഞാൽ അതൊരു ശാസ്ത്രമായി കരുതുന്നവരുണ്ടായിരിക്കുമെന്നു ധരിച്ചതു അതിഭയങ്കരമല്ലേ? അയിത്തമെന്ന പേരോടുകൂടിയതും നോക്കിയാൽ കാണ്മാൻ പാടില്ലാത്തതുമായ ഒരു പദാർത്ഥമുണ്ടെന്നു സ്ഥാപിക്കുവാൻ ഉപയോഗിച്ച ഉദാഹരണം തന്നെ സിദ്ധമാണോ തനിക്കു ബന്ധമുള്ള ഒരാൾ ജനിക്കുകയോ മരിക്കുകയൊ ചെയ്താൽ ശരീരത്തിലുണ്ടാകുന്നതും പതിനൊന്നാം ദിവസവും മറ്റും സ്നാനം ചെയ്താൽ പോകുന്നതും കാണപ്പെടാത്തതുമായ 'പുല'യെയാണല്ലോ അയിത്തത്തിനുദാഹരണമാക്കിയത്. അങ്ങിനെ ഒന്നുണ്ടോ? ജനിച്ചാലും മരിച്ചാലും ബന്ധപ്പെട്ടവർക്കു പുലയെന്ന ഒരു അശുദ്ധിയുണ്ട്. ശരിതന്നെ.

ആ പുല ഒരു അതീന്ദ്രിയപദാർത്ഥമാണോ? ഒരാൾ ജനിച്ചാൽ ആ ജനിച്ചവന്ന് ഏറ്റവും ബന്ധപ്പെട്ടുനിൽക്കുന്നത് മാതാവാണല്ലോ. ആ മാതാവിൽ കുറച്ചുനാൾവരെയ്ക്കുണ്ടാകുന്ന അശുദ്ധി കണ്ണുകൊണ്ടു കണ്ടെത്താൻ കഴിയാത്തതാകുമോ? കുറെ ദിവസങ്ങൾ കഴിഞ്ഞാൽ അശുദ്ധി നീങ്ങി ശുദ്ധിയുണ്ടാകുന്നതും ആർക്കും കാണ്മാൻ കഴിയാത്തതാണോ? ജനിച്ചാലുള്ള പുല അല്ലെങ്കിൽ അശുദ്ധിയും കുറച്ചുനാൾ കഴിഞ്ഞാലുള്ള ശുദ്ധിയും അറിയുവാൻ സ്ത്രീ ജനങ്ങളോടു ചോദിച്ചാൽ മനസ്സിലാകും. ചോദിച്ചറിയാതെ പെറ്റാലുള്ള പുലയെ അതായതു പെറ്റാലുള്ള അശുദ്ധിയെ ഒരു അതീന്ദ്രിയപദാർത്ഥമാക്കുന്നതു അത്യന്തം സാഹസമാണ്. ചത്താലുള്ള പുല അല്ലെങ്കിൽ അശുദ്ധിയെന്നതും അപ്രത്യക്ഷമല്ല. രോഗശയ്യയിൽ കിടന്നു പലവിധത്തിലും ക്ലേശിച്ചുകൊണ്ടാണ് മിക്കവാറും മനുഷ്യർ മരണമടയുന്നത്. മൃതിയടഞ്ഞ ഭവനവും ഭവനവാസികളും പലതരത്തിലും അശുദ്ധരാകാമെന്നതു അനുഭവസിദ്ധമല്ലേ? അത്തരം ഭവനത്തിലെ അന്തരീക്ഷം തന്നെയും ആകപ്പാടെ അശുദ്ധമായിരിക്കും. അതുകൊണ്ടു അവിടം ശുദ്ധീകരിക്കണമെന്നു പറയുന്നതിൽ അർത്ഥമില്ലെന്നു ആരും ശഠിക്കുന്നില്ല. ആകയാൽ ചത്താലുളവാകുന്ന അശുദ്ധി എത്രയും പ്രത്യക്ഷമായിരിക്കെ അതിനെയും ഒരു അതീന്ദ്രിയപദാർത്ഥമാക്കുന്നതു അശാസ്ത്രീയമാകുന്നു.

ചത്താലൊ പെറ്റാലൊ ആർക്കും കാൺമാൻപാടില്ലാത്ത ഒരു അയിത്തം മനുഷ്യശരീരത്തിൽ ബാധിക്കുന്നുണ്ടെന്നുള്ള വിശ്വാസം കഥയില്ലായ്മയുടെ ഒരു വകഭേദമെന്നേ ഉള്ളൂ. അസിദ്ധവും ഭ്രമമാത്രസിദ്ധവുമായ അത്തരം ഓരോന്നിനെ ഉദാഹരിച്ചുകൊണ്ടു മനുഷ്യദ്രോഹികൾ വിശ്വസിച്ചു പോരുന്നു അയിത്തത്തിന്നു സത്തയുണ്ടെന്നു പറഞ്ഞാൽ അതിൽപരം ഒരു ശിരോരോഗം

വെളിപ്പെടുത്തുവാനുണ്ടോ? ശശശൃംഗം ഉള്ളതാണെന്നു തെളിയിപ്പാൻ ആകാശകസുമത്തെ ഉദാഹരിക്കുന്നതിനെക്കാൾ അബദ്ധത്തെയത്രെ നമ്പൂതിരിപ്പാടവർകൾ വെളിപ്പെടുത്തിയത്.

അത്രതന്നെയല്ല ഒരു കുഞ്ഞിനെ പ്രസവിച്ച മാതാവിൽ അഴുക്കുണ്ടാകുന്നതും ഒരാൾ രോഗം പിടിപെട്ടു മരിച്ചാൽ ആ മൃതന്റെ ദുർഗന്ധിയും മറ്റുമായ ശരീരം തൊട്ടുനിന്ന ആളിൽ അഴുക്കുപകരുന്നതും മറ്റും പോലെയാണ്. ഒരു മാന്യനായ മനുഷ്യനെ, അധഃകൃതനെന്നു പറയപ്പെടുന്ന ഒരു മനുഷ്യനെ തൊട്ടുപോയാൽ അയിത്തം ഉളവാകുന്നതെന്നും അതു കാണ്മാൻ കഴിയാത്ത ഒരു പദാർത്ഥമാണെന്നും കുളിച്ചാൽ നീങ്ങുന്നതാണെന്നും അങ്ങിനെ പറയുന്നതാണ് ശാസ്ത്രീയമെന്നും കരുതുന്ന നമ്പൂതിരിപ്പാടിനെ പണ്ഡിതലോകം എത്ര വികാരപ്പാടോടെയാണ് നോക്കുന്നതെന്നറിയാമോ? തീണ്ടാരിയെന്ന അശുദ്ധിയും ശാസ്ത്രം വഴിക്കല്ലാതെ ഗ്രഹിപ്പാൻ കഴിയാത്തതിനാൽ ലൗകികമല്ലപോലും! നമ്പൂതിരിപ്പാടവർകളുടെ ശാസ്ത്രം വഴിയായുള്ള അലൗകികജ്ഞാന പരമ്പരയ്ക്കു യാതൊരതിരുമില്ലതന്നെ. കഷ്ടം!

തീണ്ടാരിയെന്ന അശുദ്ധി നമ്പൂതിരിപ്പാടവർകളാൽ കാണപ്പെടുന്നില്ലെന്നുള്ളതിനാൽ അതിനെ അദ്ദേഹം അപ്രത്യക്ഷപദാർത്ഥമാക്കിത്തള്ളുന്നതിൽ ആരാണ് വ്യസനിക്കാതിരിക്കുക. അദ്ദേഹത്തിനു കാണ്മാൻ കഴിയാത്തതെല്ലാം അലൗകികമെന്നോ? സ്ത്രീ ജനങ്ങളുടെ ഇടയിൽ തീണ്ടാരിയെന്ന അശുദ്ധി പ്രത്യക്ഷസിദ്ധമല്ലേ? അവനു വന്നുകാണ്മാൻ കഴിയാത്തതിനെയൊക്കെയും അലൗകികമാക്കി കല്പിച്ചാൽ ഗുദം മുതലായ ഏതാൻ ചില അവയവങ്ങളിൽ അതിപ്രസംഗം സംഭവിക്കുകയില്ലേ? ‘പ്രത്യക്ഷാദിപ്രമാണങ്ങൾക്കൊണ്ടു ഗ്രഹിക്കുന്നതു ലൗകികവും ശാസ്ത്രഗമ്യമായതു അലൗകികവുമാകുന്നു’ എന്നു നമ്പൂതിരിപ്പാടു പറയുന്നു. ഇങ്ങിനെയൊരുനിയമം ഏതു ശാസ്ത്രത്തിലാണ് കണ്ടതെന്നു താർക്കികംമന്യനായ നമ്പൂതിരിപ്പാടവർകൾ തന്നെ പറഞ്ഞുതരേണ്ടിയിരിക്കുന്നു. നേത്രം തുടങ്ങിയ ബഹിരിന്ദ്രിയങ്ങൾകൊണ്ടു ഗ്രഹിക്കപ്പെടുന്നതിനെ ലൗകികമെന്നു പറയുന്നുണ്ടെങ്കിൽ അബദ്ധമുണ്ടെന്നു തോന്നുന്നില്ല. പ്രത്യക്ഷാദി പ്രമാണം കൊണ്ടുഗ്രഹിക്കപ്പെടുന്നതെല്ലാം ലൗകികമാകുന്നു. എന്നു പറഞ്ഞാൽ അതിനെ ശാസ്ത്രജ്ഞന്മാർക്കെങ്കിലും വകവെക്കുവാൻ നിർവ്വാഹമുണ്ടോ? പ്രത്യക്ഷാദി എന്നുള്ളതുകൊണ്ടു പ്രത്യക്ഷം, അനുമാനം മുതലായവയെയാണല്ലോ ഗ്രഹിക്കേണ്ടതു. പ്രത്യക്ഷാദി പ്രമാണം കൊണ്ടല്ലെ ഈശ്വരനെ അറിയുന്നത്? ഈശ്വരനിൽ പ്രബലമായ പ്രമാണം അനുമാനമല്ലയൊ? അനുമാനപ്രമാണം മുഖേന അറിയപ്പെടുന്നവനാണ് ഈശ്വരനെന്നുള്ളതുകൊണ്ടു ഈശ്വരനെ

ലൗകികപദാർത്ഥമായെണ്ണാമെന്നോ? ആത്മാവിനെ പ്രത്യക്ഷപ്രമാണഗമ്യനായിട്ടല്ലെ താർക്കികന്മാരും കരുതുന്നത്. പ്രത്യക്ഷപ്രമാണം കൊണ്ടു ഗ്രഹിക്കപ്പെടുന്നു എന്നതിനാൽ ആത്മാവിനെ താർക്കികന്മാരാരെങ്കിലും ലൗകികപദാർത്ഥമായി ഗണിച്ചിട്ടുണ്ടോ? ബ്രഹ്മം തന്നെ പ്രത്യക്ഷഗമ്യമാകുന്നു എന്നാണ് വേദം വിളിച്ചുപറയുന്നത്. 'യത് സാക്ഷാദപരോക്ഷാത്' എന്നു തുടങ്ങിയ വേദവാക്യങ്ങൾ നോക്കുക. അതുകൊണ്ടു ബ്രഹ്മാവും ലൗകികപദാർത്ഥമെന്നോ?

## III

'ശാസ്ത്രത്തിൽ അയിത്തക്കാർ എന്നു പറഞ്ഞതു ഇന്നത്തെ അയിത്തക്കാർ എന്നു പറയപ്പെടുന്നവർക്ക് ബാധിക്കുമോ? എന്നു മഹാത്മജിയുടെ രണ്ടാമത്തെ ചോദ്യത്തിന്നു നമ്പൂതിരിപ്പാടവർകൾ പറയുന്ന മറുപടി കേട്ടാൽ കേരളീയർക്കു യാതൊരവിവരവുമില്ലെന്നു അദ്ദേഹം വീണ്ടും വിളംബരം ചെയ്യുകയാണോ എന്നു തോന്നിപ്പോകും. നമ്പൂതിരിപ്പാടവർകൾ പറയുന്നു.

'പ്രതിലോമജാതിവാക്കുകളും അയിത്തക്കാർ എന്നുതുടങ്ങിയ ഭാഷാവാക്കുകളും ഇന്നുള്ളവരിലോ ഇന്നലെയുള്ളവരിലോ, നാളെയുള്ളവരിലോ, ശാസ്ത്രപ്രകാരേണ ഇരിക്കുന്നതെന്നു വിചാരിക്കുമ്പോൾ ഒരുപക്ഷമോ, രണ്ടുപക്ഷങ്ങളോ മാത്രമായി സ്ഥാപിക്കത്തക്കതായ യുക്തിയില്ലാത്തതുകൊണ്ട് മൂന്നുവകക്കാരിലുമെന്നുതന്നെ ഉരരീകരിക്കേണ്ടിയിരിക്കുകയാൽ ശാസ്ത്രത്തിൽ പറഞ്ഞിരിക്കുന്ന അയിത്തക്കാരും ഇന്നത്തെ അയിത്തക്കാരും വേറെയല്ല.'

ഇതാണ് മറുപടിയിലെ ഒരു വാക്യം. ശാസ്ത്രത്തിൽ അയിത്തക്കാർ എന്നു പറഞ്ഞത് മുമ്പുണ്ടായിരുന്ന അയിത്തക്കാർക്കോ ഇന്നുള്ള അയിത്തക്കാർക്കോ ആർക്കാണ് ബാധകമാവുക എന്നും ആക്ഷേപം നേരിടുമ്പോൾ മുമ്പുള്ളവർക്കുമാത്രം എന്നിങ്ങിനെ ഒരു പക്ഷക്കാരെ മാത്രം പിടിച്ചു സ്ഥാപിക്കുവാൻ യുക്തിയില്ലാത്തതുകൊണ്ടു (വിനിഗമനയില്ലാത്തതുകൊണ്ട്) ശാസ്ത്രത്തിൽ പറഞ്ഞ അയിത്തക്കാരും ഇന്നത്തെ അയിത്തക്കാരും വേറെയല്ല എന്നാണല്ലൊ നമ്പൂതിരിപ്പാടവർകളുടെ ആ മഹാവാക്യത്തിന്റെ ഏതാണ്ട് ഒരു പരമാർത്ഥം? ശാസ്ത്രത്തിൽ അയിത്തക്കാർ എന്ന് പറഞ്ഞത് ആരെ പറ്റിയാകുന്നു എന്ന് പറഞ്ഞുകേൾക്കുകകൂടി ചെയ്യാതെയാണ് നമ്പൂതിരിപ്പാടവർകൾ ഇങ്ങിനെ പറയുന്നത്. അശുദ്ധരെക്കുറിച്ചാണല്ലൊ അയിത്തക്കാർ എന്നുപറയുന്നത്. ശാസ്ത്രത്തിൽ പറയുന്ന അശുദ്ധർ ആരാണ്? ദന്തധാവനം, സ്നാനം മുതലായവ ആചരിക്കാതെ

മലിനരായി നടക്കുന്നവരേയും, അസൂയ, ദ്വേഷം, ഏഷണി തുടങ്ങിയ ദോഷങ്ങളാൽ ദൂഷിതന്മാരും, പരദ്രോഹപരായണന്മാരുമായി കഴിഞ്ഞുകൂട്ടുന്നവരേയും മറ്റും പറ്റിയല്ലേ ശാസ്ത്രങ്ങളിൽ അശുദ്ധന്മാരെന്നു പറയുന്നത്? അത്തരക്കാരെ സനാതനക്കാരുടെ ഇടയിലും ലക്ഷക്കണക്കിൽ കാണുകയില്ലേ? താദൃശന്മാരുമായി അടുത്തു പെരുമാറുന്നത് ശരിയല്ലെന്നു എല്ലാ ശാസ്ത്രങ്ങളും ഘോഷിക്കുന്നുണ്ട്. അതിൽ അർത്ഥവുമുണ്ട്.

''ഭക്ത്യാ കല്ല്യാണമിത്രാണി സേവേതേതര ദൂരഗഃ' നല്ലവരെ ആദരപൂർവ്വം ആശ്രയിക്കുകയും കൊള്ളാത്തവരെ ദൂരെ തള്ളിവിടുകയും ചെയ്യണം എന്ന ഈ ആരോഗ്യ സന്ദേശത്തിൽ ആരെങ്കിലും സന്ദേഹിക്കുമോ? ആകയാൽ ശാസ്ത്രങ്ങളിൽ പറയപ്പെട്ട അയിത്തക്കാർ അയിത്തക്കാർത്തന്നെയാണ്. ഇതു സംബന്ധിച്ച നമ്പൂതിരിപ്പാടെന്നോ സാമൂതിരിപ്പാടെന്നോ മറ്റു വല്ലവരുമെന്നോ ഉള്ള യാതൊരു വ്യത്യാസവും ശാസ്ത്രങ്ങളിലില്ല. ശരീരശുദ്ധിയോ മതശുദ്ധിയോ ഇല്ലാത്തവരെല്ലാം അയിത്തക്കാർത്തന്നെ- ഈ മതം സർവ്വരാജ്യവാസികൾക്കും സമ്മതമാകുന്നു. അങ്ങിനെയിരിക്കെ അശുദ്ധർ എന്നത് ഏതാനും ചില പ്രത്യേക വർഗ്ഗക്കാരെ കുറിക്കുന്ന ശബ്ദമല്ലെന്നു ആർക്കാണറിഞ്ഞുകൂടാത്തത്? ആകയാൽ ഇന്നത്തെ അയിത്തക്കാരെന്നു പറയപ്പെടുന്നവർതന്നെയാണ് അയിത്തക്കാരെന്നു സ്ഥാപിക്കത്തക്ക വൈദികമോ ലൗകികമോ ആയ യാതൊരു യുക്തിയുമില്ലെന്നാണ് മഹാത്മജി വിവക്ഷിക്കുന്നത്. മാനസികമായും, ശാരീരികമായും ഉള്ള അശുദ്ധിയോടു കൂടി കഴിഞ്ഞുകൂട്ടുന്നവർ തന്നെയാണ് അയിത്തക്കാർ എന്നിങ്ങനെ ധർമ്മഭ്രംശംവരാത്ത നിലയിൽ ഒരു പക്ഷം പിടിച്ചു സ്ഥാപിക്കത്തക്ക യുക്തിയുണ്ടായിരിക്കേ എന്തിന്നു വിനിഗമനയിലല്ലെന്നു ഭ്രമിച്ചു നാറുന്ന അനാചാരത്തെ തഴുകുന്നു. ശാസ്ത്രീയമാർഗ്ഗത്തിൽതന്നെ പ്രവേശിക്കുക. പ്രതിലോമ ജാതിവാക്കുകൾ ഇന്നത്തെ അയിത്തക്കാരെന്നു പറയപ്പെടുന്നവരെ കുറിക്കുന്നവയാണെന്നോ സൂത്രത്തിൽ സൂചിപ്പിക്കുന്നത്? അതൊരിക്കലുമില്ല. താണജാതികക്കാരെന്നു പറയപ്പെടുന്നവർക്ക് ഉയർന്ന ജാതിക്കാരെന്നു പറയപ്പെടുന്നവരുടെ സ്ത്രീകളിൽ ഉണ്ടാകുന്നവരല്ലേ പ്രതിലോമജന്മാർ. അത്തരക്കാർ അന്നും ഇന്നും അവിടെയിവിടെ ഉണ്ടായിട്ടില്ലേ? ഉണ്ടാകുന്നുമില്ലേ? അവർ മിടുക്കന്മാരുമല്ലേ? സനാതനക്കാരുടെ ഇളയമ്മമാരിലും മൂത്തമ്മമാരിലും മറ്റും ഉണ്ടാകുന്ന അവരെ മോശക്കാരെന്നു പറയാമോ? വ്യാസനെന്ന മുക്കുവന്നു ഉയർന്നജാതി സ്ത്രീകളിൽ മക്കളുണ്ടായില്ലേ? ആ പാണ്ഡുവും മറ്റും അയിത്തക്കാരെന്നു കരുതി തള്ളപ്പെട്ടിട്ടുണ്ടോ? ഗുരുവായൂരപ്പൻ പാണ്ഡുവിനേയും

പാണ്ഡവന്മാരേയും സഹകരിക്കുകയും, ആദരിക്കുകയുമല്ലേ ചെയ്തത്? അതുകൊണ്ടു പ്രതിലോമജന്മാർ ശാസ്ത്രപ്രകാരവും ഗുരുവായൂരപ്പന്റെ മതപ്രകാരവും മാന്യന്മാർതന്നെ. സംശയമില്ല. സനാതനക്കാരുടെ മൂത്തമ്മമാരിൽ നിന്നും മറ്റും ഉണ്ടാകുന്ന അവരെ എങ്ങിനെയാണ് ഗുരുവായൂരപ്പനും ശാസ്ത്രങ്ങളും അനാദരിക്കുക? നിർവ്വാഹമില്ല. സനാതനക്കാരാൽ ഉണ്ടാക്കപ്പെട്ട ചില സ്മൃതികളിൽ പ്രതിലോമജന്മാർ ഏറ്റവും പതിതന്മാരാകുന്നു എന്നു പറയപ്പെട്ടിട്ടുണ്ട്.

അതൊരു വെറും സൂത്രമാകുന്നു. താഴ്ന്നപ്പെട്ട ജാതിക്കാർക്ക് സനാതനക്കാരുടെ സ്ത്രീകളിൽ അനുരാഗം ഉളവായിപ്പോകരുതെന്നും ഉളവായി പോയാൽത്തന്നെ ആ അനുരാഗം പ്രയോഗത്തിൽ വന്നു പോകരുതെന്നും പേടിപ്പിക്കാൻമാത്രം. അതെന്തെങ്കിലുമായിക്കൊള്ളട്ടെ അവരുടെ രക്തബന്ധമുള്ള കുഞ്ഞുങ്ങളെ അവർ തള്ളുന്നുവെങ്കിലോ ഗുരുവായൂരപ്പന്റെയും മറ്റു മാർഗ്ഗങ്ങളെ അവർ അനാദരിക്കുന്നുവെങ്കിലോ ആക്ഷേപമില്ല. ആ മഹാപാപം അവർ തന്നെ അനുഭവിച്ചുകൊള്ളട്ടെ. പക്ഷേ ആ പ്രതിലോമജന്മാരേയും കൊണ്ടുവന്നു ഇന്നത്തെ അയിത്തക്കാരെന്നു പറയപ്പെടുന്നവരോടും കൂട്ടിയിണക്കുവാൻ ഞങ്ങൾ അനുവദിക്കുകയില്ല. അതുകൊണ്ടു ശാസ്ത്രങ്ങളിൽ അയിത്തക്കാരായി കല്പിക്കപ്പെടുന്നത് ഇന്നത്തെ അയിത്തക്കാരെന്നു പറയപ്പെടുന്നവരെക്കൊണ്ടല്ലെന്നുതന്നെ പൂർണ്ണമായും വിശ്വസിക്കുക!

"വേറെയാണെന്നു സ്വീകരിക്കുന്നതിനേക്കാൾ വേറെയല്ലെന്നു സ്വീകരിക്കുന്നതിലാണ് ലാഘവമുള്ളത്. ലാഘവമെന്നത് ബലപ്പെട്ട യുക്തിയാകുന്നു" എന്ന നമ്പൂതിരിപ്പാടവർകളുടെ അഭിപ്രായം ഏറ്റവും അനുകമ്പാർഹമെന്നേ പറയേണ്ടതുള്ളൂ. ശാസ്ത്രത്തിലെ അയിത്തക്കാർ തന്നെയാണ് ഇന്നത്തെ അയിത്തക്കാരെന്നു പറയപ്പെടുന്നവർ എന്നു സ്വീകരിച്ചാൽ എളുപ്പമുണ്ടെന്നോ? ബോധത്തിന്നു എളുപ്പമുണ്ടെന്നു വെച്ചു വസ്തുസ്ഥിതിയെ മറച്ചുവെക്കണമെന്നു ശാസ്ത്രകാരന്മാർ പറഞ്ഞിട്ടുണ്ടോ എന്നു നമ്പൂതിരിപ്പാടിനോടു ഞങ്ങൾ ചോദിക്കുന്നു? അയിത്തക്കാർ ആരാകുന്നുവെന്നു ചോദിക്കുമ്പോൾ പുലയർ തുടങ്ങിയവരാണെന്നു പറയാനെളുപ്പമുണ്ട് ശരിതന്നെ. പക്ഷേ വസ്തുത അങ്ങിനെ അല്ലല്ലോ. അതുകൊണ്ടാണ് മഹാത്മജി വിവരണപൂർവ്വം അതിന്റെ വസ്തുസ്ഥിതിയെ അറിയിക്കുവാൻ ആവശ്യപ്പെടുന്നത്. ഫലമുഖമായ ഗൗരവം സ്വീകാര്യവും ശ്ലാഘ്യവുമാണെന്നാണ് ശാസ്ത്രീയമായ സിദ്ധാന്തം, ആന്തരമായും ബാഹ്യമായും അശുദ്ധി ഏവരിൽ ഇരിക്കുന്നുവോ അവർ തന്നെ അയിത്തക്കാരെന്നു ബുദ്ധിയുപയോഗിച്ച് ഗ്രഹിക്കുന്നതുതന്നെ യുക്തം. 'ലാഘവമെന്നത് വിലപ്പെട്ട

യുക്തിയാകുന്നു' എന്നിങ്ങനെ നമ്പൂതിരിപ്പാടവർകൾ പറയുന്നത് തർക്കശാസ്ത്രം നോക്കിക്കൊണ്ടുതന്നെയാണോ? ആവോ? വസ്തു സ്ഥിതി ഗ്രഹിക്കുന്നതിനുള്ള എളുപ്പത്തെയാണ് ശാസ്ത്രകാരൻമാർ ലാഘവമെന്നു പറയുന്നത്. അതിനെ ഒരു ബലപ്പെട്ട യുക്തിയായി കൽപ്പിച്ച നമ്പൂതിരിപ്പാടവർകളുടെ അഖണ്ഡ പാണ്ഡിത്യത്തിന്നു തൽക്കാലം ഒരു വിദൂരാജ്ഞവിചെയ്തു ഞങ്ങൾ തൃപ്തിയടയട്ടെ!

'പണ്ടൊരു കാലത്ത് ശാസ്ത്രപ്രകാരം നീചജാതിക്കാരിലിരുന്ന വയോ ഇനിയൊരു കാലത്ത് അപ്രകാരമുള്ളവരിലിരിക്കാൻപോകുന്നവയോ ആയ മേൽപറഞ്ഞ വാക്കുകൾ(അയിത്തക്കാരെ എന്നും മറ്റുള്ളവ) ഇന്നു ആകർഷിച്ചെടുത്തു ഉച്ചജാതിക്കാർക്കു കാഴ്ചവെച്ചിരിക്കയാണെന്നു കല്പിക്കുന്നപക്ഷം പ്രത്യക്ഷാനുമാനോപമാനാഗമാർത്ഥപത്യാദിടികളെല്ലാം വിട്ടു വേറെതന്നെ പ്രമാണം അന്വേഷിക്കേണ്ടിയുമിരിക്കുന്നു.' എന്നുള്ള നമ്പൂതിരിപ്പാടവർകളുടെ വാക്യം ലോക്യത്തിന്നു ഒട്ടും തന്നെ കൊള്ളുന്നതല്ല. പണ്ടൊരുകാലത്തു നീചജാതിക്കാരെന്നൊരു ജാതിക്കാരുണ്ടായിരുന്നുവെന്നോ എനിയൊരു കാലത്ത് അത്തരം ജാതിക്കാരെന്നൊരു ജാതിക്കാരുണ്ടാകുമെന്നോ ആരെങ്കിലും പറഞ്ഞുവോ? പറയുമോ? ഇടക്കാലങ്ങളിൽ ഉയർന്നവരെന്നു വെറുതെ നടിച്ചു നടന്നിരുന്ന ചില സമുദായക്കാർ മറ്റു ചില സമുദായക്കാരെ നീച ജാതിക്കാരെന്നു വിളിച്ചുവരാറുണ്ടായിരുന്നു. അക്കാലങ്ങളിൽ ആരും ചോദിപ്പാനില്ലെന്നും നല്ല തല്ലുകൊള്ളുകയില്ലെന്നും കരുതി അങ്ങിനെ വിളിച്ചുവന്നു എന്നല്ലാതെ മറ്റെന്താണ്? ഇന്നു ഏതെങ്കിലും ഒരു സമുദായക്കാരെ നീചജാതിക്കാരെന്നു വിളിപ്പാൻ നമ്പൂതിരിപ്പാടവർകൾക്കുതന്നെയും ധൈര്യമുണ്ടോ? എന്തുകൊണ്ടാണത്? അങ്ങിനെ പറഞ്ഞെങ്കിൽ മറിച്ചങ്ങോട്ടും കേൾക്കേണ്ടിവരും എന്നുള്ളതുകൊണ്ടല്ലെ? ഇന്നത്തെ നില മുൻനിറുത്തിയും കൊണ്ട് വസ്തു സ്ഥിതിയൊന്നു ചിന്തിച്ചുനോക്കുക. ശാസ്ത്രങ്ങളിൽ അശുദ്ധർ അല്ലെങ്കിൽ അയിത്തക്കാർ എന്നു പറയുന്നത് ചില പ്രത്യേക സമുദായക്കാരെക്കൊണ്ടല്ല. തെമ്മാടികളും മലിനരും മറ്റുമായി കാലയാപനം ചെയ്യുന്ന വ്യക്തികളെക്കൊണ്ടാകുന്നു. ആകയാൽ അയിത്തക്കാരെ കാണ്മാൻ എന്തിന്നു പ്രമാണാന്തരത്തെ അന്വേഷിക്കുന്നു? പ്രത്യക്ഷ പ്രമാണംതന്നെ ധാരാളം മതിയല്ലോ.

ശുചിത്വത്തോടെ നടക്കുന്ന ഒരു നമ്പൂതിരിപ്പാടിനേയും അങ്ങിനെ തന്നെ നടക്കുന്ന ഒരു പുലയനേയും പരിശോധിക്കുക. എന്താണവർ തമ്മിൽ വ്യത്യാസമുള്ളത്? ഞാൻ ഉയർന്നവനാണെന്നു ആ നമ്പൂതിരിപ്പാടവർകൾ ഭള്ളു നടിക്കുമായിരിക്കും. അതല്ലാതെ വേറെ എന്തെങ്കിലുമുണ്ടോ? ഭള്ളാണ് നീചത്വത്തിന്റെ, തെമ്മാടിത്തത്തിന്റെ ഒരു

പ്രധാന ലക്ഷണം. ആ ലക്ഷണം മുൻനിറുത്തി പരിശോധിക്കുമ്പോൾ ആ നമ്പൂതിരിപ്പാട്ടും അദ്ദേഹത്തെപോലുള്ളവരും അയിത്തക്കാർ തന്നെ എന്നു പ്രത്യക്ഷം കൊണ്ടു ഗ്രഹിച്ചുകൂടയൊ? അത്തരക്കാരെ ക്കൊണ്ടും മറ്റുമാണ് ശാസ്ത്രങ്ങളിൽ അശുദ്ധന്മാരെന്നു പറയുന്നതെന്നു പൂർണ്ണമായും വിശ്വസിച്ചാൽ പിന്നെ വഴക്കിനു വകയില്ല. മൗഢ്യം കൈവെടിഞ്ഞു പലരും നന്നാകുവാനും ഇടയുണ്ട്.

"അയിത്തക്കാരുടെമേൽ എന്തെല്ലാം നിരോധനങ്ങളെയാണ് ചുമത്തീട്ടുള്ളത്?" എന്ന മൂന്നാമത്തെ ചോദ്യത്തിനു നമ്പൂതിരിപ്പാട വർകൾ പലതും പറയുന്നുണ്ട്. അവയിൽ ചില വാക്യങ്ങളെമാത്രം ഇവിടെ ഉദ്ധരിക്കാം. "അയിത്തക്കാരോടു സംസർഗ്ഗിക്കരുത്. ദൈവഗത്യ സംസർഗ്ഗിക്കേണ്ടിവന്നാൽ തക്കതായ പ്രായശ്ചിത്തം ചെയ്യണം." "നിരപരാധികളും നിരവധി നിരോധനങ്ങൾ ചുമക്കുന്ന വരുമായ സജ്ജനങ്ങളിൽ(സനാതനക്കാരിൽ) അറ്റമറ്റ കുറ്റാരോപ ണവും കൂടി ചുമത്തിക്കൊണ്ടു കൂരിരുട്ട്കൂപ്പന്ന മൂഢതയോ കാട്ടുതീ ഞെട്ടുന്ന ക്രൂരതയോ പൂർണ്ണാവതാരം ചെയ്ത പ്രസ്തുത ചോദ്യത്തിന്റെ മറുപടിയിൽ പലതരം ന്യായങ്ങളും യുക്തയുക്തികളും വാരിക്കോരി വർഷിക്കാതെ തൃപ്തിപ്പെടാനൊരുങ്ങാത്ത എന്റെ മനസ്സ് അവസര വിരഹത്താൽ വ്യസനസമേതം അവസാനിപ്പിക്കുന്നു" ഇവയാണ് നമ്പൂതിരിപ്പാടവർകളുടെ ചിലവാക്യങ്ങൾ. അയിത്തക്കാരോട് സംസർഗ്ഗിക്കരുത് എന്നുള്ള നമ്പൂതിരിപ്പാടവർകളുടെ വാക്യത്തിനു അദ്ദേഹം വിവക്ഷിക്കുന്ന അർത്ഥം എന്താണെന്നു വായനക്കാർക്ക് മനസ്സിലായോ? ഭാരതമാതാവിന്റെ പാവപ്പെട്ട സന്തതികളെ-സ്വ ന്തം ദയനീയ സഹോദരങ്ങളെ-കണ്ടാൽ 'ഹാ' എന്ന ആസുരസ്വരം ഉപയോഗിച്ചു ആട്ടിയകറ്റി ആഢ്യം മന്യരായി കഴിഞ്ഞുകൂടുന്ന നീച ന്മാരോടു സംസർഗ്ഗിക്കരുത് എന്നല്ല.

സ്വന്തം ഉദരം നിറക്കുന്നതിനു രാവും പകലും വേലചെയ്യുന്ന മാതൃ ധരണിയുടെ ചെറുമക്കളോടും മറ്റും അടുക്കരുത് എന്നത്രേ വിവക്ഷിതം. ദൈവഗത്യാ സംസർഗ്ഗിക്കേണ്ടിവന്നുപോയാൽ തക്കതായ പ്രായ ശ്ചിത്തം ചെയ്യണം എന്നുള്ള വാക്യത്തിന്റെ സാരം ഏറ്റവും ശ്രദ്ധേയ മാണ്. ദൈവഗത്യാ എന്നുള്ളതിൽ അതിയായ സാരമുണ്ട്. മൃഷ്ടാഷ്ടി കഴിക്കുമ്പോഴുണ്ടാകുന്ന സംതൃപ്തി പാവങ്ങളുടെ നീരായ രക്തത്തിന്റെ വ്യാപ്തിയാണെന്നു ധരിക്കാതെ ആട്ടിത്തുപ്പിക്കഴിഞ്ഞുകൂടുന്നതുകണ്ടു കോപമേലുന്ന ദൈവം പലപ്പോഴും ഇസ്ലാം സഹോദരങ്ങളെക്കൊ ണ്ടു കൂട്ടരെ തല്ലിക്കൊല്ലിക്കാറുണ്ട്. കാണാൻപോലും പാടില്ലെന്നു തീരുമാനിച്ചു തള്ളപ്പെട്ടവരുടെ ചാളകളിലും മറ്റുമാണ് ആവിധം അവസരങ്ങളിൽ നമ്മുടെ സനാതനക്കാർ ചെന്നൊളിക്കുക പതിവ്.

ആ പതിവ് ദൈവഗത്യാ ഉണ്ടാകുന്നതുതന്നെ. സംശയമില്ല. ഇസ്ലാം സഹോദരങ്ങളുടെ ബഹളങ്ങളെല്ലാം ഒഴിഞ്ഞുപോയെന്നുകണ്ടാൽ മാളങ്ങളിൽനിന്നെലികളെപ്പോലെ പതുക്കെ ചാളകളിൽ നിന്നു പുറത്തുചാടും. ചാടിക്കഴിഞ്ഞാൽ പ്രായശ്ചിത്തവും ചെയ്യും. പ്രായശ്ചിത്തം എന്തെന്നല്ലെ കേൾക്കേണ്ടത്. പശുക്കളുടെ മൂത്രവും മലവും മറ്റും കലക്കി കൂട്ടുകൂടെ കുടിക്കുകതന്നെ, അതും ദൈവേച്ഛയാണ്. പശുക്കളുടെ മൂത്രത്തെ കാളകൾ കുടിക്കാറുണ്ടെന്നും കേട്ടിട്ടുണ്ട്. അതിനെ സതാതനക്കാരെക്കൊണ്ട് സേവിപ്പിക്കണമെങ്കിൽ ദൈവത്തെക്കൊണ്ടല്ലാതെ ആരെക്കൊണ്ട് കഴിയും. അതുകൊണ്ട് എല്ലാം ദൈവഗതിതന്നെ.

പലേതരത്തിലും പരോപകാരികളായ പല മനുഷ്യരെയും ശ്വാക്കളെക്കാൾ ദൂരെ ആട്ടിയകറ്റുകയും ഹിന്ദുമതത്തിന്റെ വളർച്ചയെ കെടുക്കുകയും ഉൽപതിഷ്ണുക്കളെ ഹിന്ദുമതത്തിൽ നിന്നും മാറ്റുകയും മഹനീയമായ സ്വമതത്തെ അവരെക്കൊണ്ട് ആക്ഷേപിപ്പിക്കുകയും മതത്തിന്നെ മാതൃധരയ്ക്കൊ യാതൊരഭ്യുദയവും ഉണ്ടാക്കാതെ ജീവിക്കുകയും ചെയ്യുന്ന സനാതനക്കാരെ നിരപരാധികളെന്നും സജ്ജനങ്ങളെന്നും പ്രശംസിക്കുന്നത് എന്തുകൊണ്ടായിരിക്കുമെന്നു മനസ്സിലാകുന്നില്ലെങ്കിൽ ആകാതെ പോകട്ടെ! നിരപരാധികളും സജ്ജനങ്ങളുമായ സനാതനക്കാരിൽ മഹാത്മജി തുടങ്ങിയവർ അറ്റമറ്റകുറ്റം ആരോപിക്കുന്നുപോലും! അറ്റമറ്റ കുറ്റങ്ങളെ തീറ്റിപ്പോറ്റിപ്പോരുന്ന പേർപെറ്റ സനാതനക്കാരോട് മഹാത്മജീ എന്താണ് ചോദിച്ചത്? അയിത്തക്കാരുടെമേൽ എന്തൊക്കെ നിരോധനങ്ങളാണ് ചുമത്തീട്ടുള്ളത് എന്നുമാത്രമല്ലെ? ആ ചോദ്യം മൂഢതയുടെയും ക്രൂരതയുടെയും പൂർണ്ണാവതാരമാണെന്നു നമ്പൂതിരിപ്പാടവർകൾക്കു തോന്നിയത് ഒന്നും തിരിയാതെ പാട്ടുപെടുന്നതുകൊണ്ടായിരിക്കാം. പലതരം ന്യായങ്ങളും യുക്തയുക്തികളും വാരിക്കോരിവർഷിക്കാതെ തൃപ്തിപ്പെടാനൊരുങ്ങാത്ത മനസ്സാണത്രെ നമ്പൂതിരിപ്പാടവർകൾക്കുള്ളത്! ആയിക്കൊള്ളട്ടെ! പക്ഷേ വഷിക്കുക എന്നത് വാരിക്കോരിക്കൊണ്ടാണെന്നു മനസ്സിലാക്കിയത് നന്നായൊ എന്നു ശങ്കിക്കുന്നതിൽ അറ്റമറ്റകുറ്റം പറ്റുമോ എന്തൊ?

"ഒരു വ്യക്തിക്കു തന്റെ ജീവിതകാലത്ത് അയിത്തത്തിൽ നിന്നു മോചനം ലഭിക്കുമോ?" എന്ന മഹാത്മജിയുടെ മഹനീയമായ നാലാമത്തെ ചോദ്യത്തിന്നു നമ്പൂതിരപ്പാടവർകൾ പറയുന്ന ഉത്തരം ഗുണോത്തരംതന്നെയാകുന്നു! കേൾക്കുക!

"ഒരു വ്യക്തിക്ക് തന്റെ ജീവിതകാലത്ത് അയിത്തത്തിൽ നിന്നു മോചനം ലഭിക്കുന്നതല്ല. അയിത്തക്കാർക്ക് ക്ഷേത്രപ്രവേശനം

മുതൽക്കുള്ള അകൃത്യങ്ങൾ ചെയ്യാതിരുന്നാൽ ജൻമാന്തരത്തിൽ മോചനം കിട്ടുന്നതല്ലാതെ ആ ജന്മത്തിൽ ഒരിക്കലും കിട്ടുന്നതല്ല. എന്തു കൊണ്ടെന്നാൽ അയിത്തത്തിന്നു നിമിത്തമായ അധോജാതി എന്നു മാത്രമല്ല പ്രകൃഷ്ടനികൃഷ്ട സകല മനുഷ്യജാതിയും പശുപക്ഷ്യാദിജാതിപോലെ ഒരു വിധത്തിലും ഒരു കാലത്തിലും പിരിയാതെ അതാതു വ്യക്തികളിൽ സ്ഥിരമായിട്ടാണിരിക്കുന്നത്."

ഈ മറുപടി ദയാശൂന്യതയുടെയും അജ്ഞതയുടെയും ഒരു പ്രസ്പഷ്ടമായ പ്രകടനമെന്നല്ലാതെ മറ്റെന്തു പറയാനാണ്. ഒരു വ്യക്തിക്ക് തന്റെ അശുദ്ധിയിൽനിന്നും വിട്ടൊഴിയുവാൻ കഴികയില്ലെന്നു വിധിച്ചാൽ അതിർപരം ഒരു ദയയില്ലായ്മ ഉണ്ടാകുവാനുണ്ടോ? പറയനായ പരാശരനും പുലയനായ വിശ്വാമിത്രനും മുക്കുവനായ വ്യാസനും അശുദ്ധിയിൽനിന്നു വിട്ടൊഴിയുകയും മഹർഷികളായി മാറുകയും സനാതനക്കാരുടെ കുലകൂടസ്ഥന്മാരായിത്തീരുകയും ചെയ്ത ഭാരതധരയിൽവെച്ച് "ചണ്ഡാലോസ്തു സ്തുദ്വിജോസ്തു ഗുരുഃ" എന്നിങ്ങനെ പറയുന്നപോലും. ലോകഗുരുവാകാമെന്നു ലോകഗുരു സമ്മതിച്ച മാതൃധരയിൽവെച്ച്- ദാസീപുത്രനായ ജാബാലൻ ബ്രഹ്മർഷിയായിരുന്ന ഈ നാട്ടിൽ വെച്ച- നമ്പൂധീരന്മാർ അതായതു ബൗദ്ധന്മാർ നമ്പൂതിരിമാരായി മാറുകയും ഹിന്ദുക്കളായി തീരുകയും ചെയ്ത ഈ പുണ്യഭൂവിൽ വെച്ചു ഒരു വ്യക്തിക്കു തന്റെ താഴ്ന്നനിലയിൽ നിന്നും ഉയരുവാൻ തരമില്ലെന്നു വിധിക്കുന്നത് അജ്ഞതയുടെ ദുർവ്വിലസിതം കൊണ്ടല്ലെങ്കിൽ മറ്റെന്തുകൊണ്ടാണെന്നു പറയുവാൻ ഞങ്ങൾ ശക്തരല്ല. മനുഷ്യരിൽ മനുഷ്യത്വമെന്ന ഒരു ജാതികൂടാതെ പ്രകൃഷ്ടജാതിയെന്നും നികൃഷ്ടജാതിയെന്നും മറ്റും ചില ജാതികൾ ഉണ്ടോ? ഉണ്ടെങ്കിൽ അവയെക്കുറിച്ചു ഏതു വേദത്തിലാണ് പറഞ്ഞിട്ടുള്ളതെന്നു പറഞ്ഞാൽ കേൾക്കാമായിരുന്നു. എന്നുമാത്രമല്ല അത്തരം ജാതികൾ അതാതു വ്യക്തികളിൽ സ്ഥിരമായിട്ടാണിരിക്കുന്നതെന്നോ? അപ്പറഞ്ഞതും തെറ്റല്ലേ? ജന്മംകൊണ്ടു ശൂദ്രപ്രായനായ മനുഷ്യന്നു കർമ്മം കൊണ്ടു ശ്രേഷ്ഠമായ ദ്വിജത്വം ഉണ്ടാകുമെന്നും പ്രമാണപൂർവ്വം സമ്മതിക്കുന്ന നമ്പൂതിരിപ്പാടവർകൾ മറിച്ചു പറയാനൊരുങ്ങുന്നത് നന്നോ? എന്നതന്നെയല്ല.

*സ്വധർമ്മം യസ്സമുച്ഛിദ്യ*
*പരധർമ്മം സമാശ്രയേത്*
*അനാപദി സ വിദ്വദ്ഭിഃ*
*പതിതഃ പരികീർത്തിതഃ*

എന്ന പ്രമാണവചനത്തെ ആദരിക്കുവാൻ കടപ്പെട്ട നമ്പൂതിരിപ്പാടവർകൾ പ്രകൃഷ്ടതയ്ക്കോ നികൃഷ്ടതയ്ക്കോ മാറ്റം വരികയില്ലെന്നു

പറയുന്നത് ഏറ്റവും വിഷമമല്ലെ! വാദരംഗത്തിൽ നിന്നും അദ്ദേഹം എന്തുചെയ്യും ആവൊ?

*സർവ്വേഷാം ജന്മനാജാതിർ*
*നാന്യഥാകർമ്മകോടിഭിഃ*
*പശ്വാദീനാം യഥാജാതിർ*
*ജന്മനൈവ ന ചാന്യഥാ*

എന്നിങ്ങനെ സൂമതസംഹിതയിലെ ഒരു പദ്യമെടുത്തു ചൂണ്ടിക്കാണിച്ചുകൊണ്ടു ജാതിമാറുന്നതല്ലെന്നു നമ്പൂതിരിപ്പാടവർകൾ തീർത്തുപറയുന്നു. എന്തിനാണ് അങ്ങിനെ ഒരു തീരുമാനമുണ്ടാക്കുവാൻ സാഹസപ്പെടുന്നതെന്ന് മനസ്സിലാവുന്നില്ല, ജാതിക്കു മാറ്റമുണ്ടെന്നു വല്ലവരും ശഠിക്കുന്നുണ്ടോ? മനുഷ്യരിൽ ഒരു ജാതിയെ ഉള്ളൂ. അതാണ് മനുഷ്യത്വം. അതു മാറുന്നതല്ല. സംശയമില്ല. നമ്പൂതിരിപ്പാട്, നായർ, നായാടി എന്നു തുടങ്ങി ആരൊ പറഞ്ഞുണ്ടാക്കിത്തീർത്ത ജാതികൾ ജന്മനാ ഉള്ളവയല്ല. അവയാകട്ടെ മാറിപ്പോകുന്നു എത്രയോ നമ്പൂതിരിപ്പാടന്മാർ അസ്സനും ഉസ്സനും ജോസഫും ജോണുമായി മാറിയില്ലെ? എങ്കിലും മനുഷ്യത്വം അവരിൽ നിന്നു മാറുന്നുണ്ടൊ? ബ്രാഹ്മണർ, ക്ഷത്രിയർ, വൈശ്യർ, ശൂദ്രർ എന്നിവ ജാതിവിഭാഗങ്ങളല്ല. ഗുണകർമ്മവിഭാഗങ്ങളാണ്. ഗുണകർമ്മങ്ങൾക്കനുസരിച്ച് പറയൻ ബ്രാഹ്മണനായും നമ്പൂതിരി ശൂദ്രനായും മാറും. ഈ വസ്തുത ഏതു മഹാസദസ്സിൽവെച്ചും ആരെയും പഠിപ്പിക്കുവാൻ എളുപ്പമുണ്ട്. ആകയാൽ സനാതനക്കാരിൽ ചിലരാണ് ബ്രാഹ്മണരെന്നും ബ്രാഹ്മണ്യം ജന്മനാ സിദ്ധിക്കുന്നതാണെന്നും ഉള്ള വെറും ഭള്ളുനടിച്ചുംകൊണ്ട് വല്ലതും പറഞ്ഞു രംഗം മുഷിപ്പിക്കാതിരിക്കണം.

"ജഗദീശ്വരനു പക്ഷപാതമില്ല. ഇപ്രകാരം കൃത്യാകൃത്യാനുസരേണ അവരവർ തന്നെയാണ് അവരെവരെ ഉയർത്തുന്നതും താഴ്ത്തുന്നതുമെന്ന പരമാർത്ഥം ഗുരുമുഖേന ശാസ്ത്രപരിശീലനം ചെയ്തു ഗ്രഹിക്കാതെ അസംസ്കൃതവും അവ്യവസ്ഥിതവും അസാരതരവുമായ ചില ഒച്ച പുറപ്പെടീക്കാനഭ്യസിച്ചതുകൊണ്ടോ അക്കൂട്ടരുടെ സംഖ്യകൊണ്ടൊമറ്റോ കൃതാർത്ഥീഭവിക്കുന്നവർക്കു ഒരുവന്റെ അധോഗതിക്ക് മറ്റവന്ന് കുറ്റമെന്ന തെറ്റു പറ്റുന്നതു കുറ്റമല്ല. ആ സ്ഥിതിക്ക് ദിവസം ദിവസമെന്നല്ല, ക്ഷണം ക്ഷണം മാറിമാറി തോന്നുന്ന സ്വബുദ്ധിയെയും ശാസ്ത്രഗാംഭീര്യത്തെയും പറ്റി വിമർശിക്കാതെ സാഹസമൊന്നും ചെയ്യരുത്"

ജഗദീശ്വരനു പക്ഷപാതമില്ലെന്നുള്ള അഭിപ്രായം അഭിലഷണീയം തന്നെയാണ്. ഗുണശാലികളായ ജഗദീശ്വരന്മാർക്കുതന്നെയും പക്ഷപാതമില്ലെങ്കിൽ സകല സദ്ഗുണഭാജനമായി വിജയിക്കുന്ന

ജഗദീശ്വരന് പക്ഷപാതമില്ലെന്നല്ലാതെ മറിച്ച വിശ്വസിക്കുവാൻ സാധിക്കുമോ? വ്യാസനെന്ന മുക്കുവന്റ, കന്യാപുത്രനായ വ്യാസന്റ ഒരേ ജന്മത്തിൽ ഗുരുവായൂരപ്പനാലും മറ്റും ബ്രാഹ്മണ്യം അനുവദിക്കപ്പെട്ടതോർത്താൽ ഈശ്വരന് പക്ഷപാതമില്ലെന്നല്ലാതെ മറ്റെന്താണ് വിശ്വസിക്കേണ്ടത്? സനാതനക്കാരിൽ എല്ലാവരിലുമെന്ന കഥ പോകട്ടെ, കുളിപ്പിക്കുകയും കുറിതൊട്ടുവിക്കുകയും മാലയണിയിക്കുകയും പായസാദികൾവെച്ച കാണിക്കവൈക്കുകയും ചെയ്യുന്നവരിൽ തന്നെയും വല്ല പക്ഷപാതവും ഗുരുവായൂരപ്പൻ കാണിക്കുന്നുണ്ടോ? ഇല്ലല്ലൊ. അയിത്തക്കാരെന്ന പറയുന്നവരെ അകറ്റിനിറുത്തി കൊട്ടുക്കുന്നുണ്ടോ? ഇല്ലല്ലൊ. അകലെ നിന്ന തോറ്റം പാടുന്ന അയിത്തക്കാരെ അകത്തേക്കു വിളിക്കുന്നുണ്ടോ? രണ്ടുമില്ല. ഗുരുവായൂരപ്പനുണ്ടോ പക്ഷപാതം? "അവരവരെ അവരവർ തന്നെയാണ് ഉയർത്തുന്നതും താഴ്ത്തുന്നതും" എന്ന പറഞ്ഞത് ഏറ്റവും ശ്രദ്ധേയമാണ്. ഉയരുന്നതും താഴുന്നതും അവരവരുടെ കർമ്മഗതി അനുസരിച്ചിരിക്കുന്നു. ഈശ്വരൻ അനുഗ്രഹിക്കുന്നതുകൊണ്ടോ നിഗ്രഹിക്കുന്നതുകൊണ്ടോ അല്ല.

ഈശ്വരനുണ്ടോ പക്ഷപാതം. സനാതനക്കാരിൽപെട്ട മഹാത്മജി മഹാത്മാവായുയർന്നത് ഈശ്വരന്റെ പക്ഷപാതപ്രവർത്തനം കൊണ്ടാണോ? ചില അധമൻമാരുടെ ആട്ടും തുപ്പും ഏറ്റ ദയനീയമാം വണ്ണം അധഃപതിച്ചു കിടക്കുന്ന പാവങ്ങളെ എഴുന്നേൽപ്പിക്കുന്നതിനും രാപ്പകൽ പരിശ്രമിച്ചുവരുന്നു എന്നുള്ളതുകൊണ്ടല്ലെ ഗാന്ധിജി ഉയർന്നതും. അതുകൊണ്ടു മറ്റുള്ള സനാതനക്കാരും പഠിക്കുമെങ്കിൽ നമ്പൂതിരിപ്പാടവർകളുടെ പ്രസ്തുതമായ ഉപദേശം സജീവമാകുമായിരുന്നു. അധഃകൃത വർഗ്ഗക്കാരും ഈ ഉപദേശത്തെ തന്നെയാണ് ആശ്രയിക്കേണ്ടത്. ഗുരുവായൂരപ്പൻ അകത്തേക്കു ക്ഷണിക്കുമെന്നോ അപ്പോൾ ഉയർച്ചകിട്ടുമെന്നോ പ്രത്യാശിച്ച മടിയരായിരിക്കരുത്. അയിത്തം ആചരിക്കുകയെന്നത് ശാസ്ത്രത്തിന്നോ മനുഷ്യത്വത്തിന്നൊ പറ്റിയതല്ലെന്നും കാരണം കൂടാതെ ഞങ്ങളിൽ ചിലരെ അട്ടുത്തുപോയാൽ നിങ്ങൾ മുങ്ങിക്കുളിക്കുന്നു എന്നതിന്നു, നിങ്ങൾ നിങ്ങളുടെ മൂഢതയെ കഴുകി ശരിപ്പെട്ടുത്തി സൂക്ഷിക്കുന്നുവെന്നേ അർത്ഥമുള്ളുവെന്നും 'യദ്യാചരതി ശ്രേഷ്ഠസ്തത്തദേവേതരോജനാഃ' എന്നിങ്ങനെ ഉപദേശിക്കുകയും അയിത്തം എന്നതിനെ വകവെക്കാതെ ജീവിക്കുകയും ചെയ്ത ഗുരുവായൂരപ്പനെ അനുസരിക്കാതിരിക്കുന്നത് ആസ്തികന്മാരെന്ന നടിക്കുന്ന നിങ്ങൾക്കൊന്നുകൊണ്ടും പറ്റിയതല്ലെന്നും മറ്റും പറഞ്ഞു സനാതനക്കാരിൽ മനുഷ്യത്വം ഉണ്ടാക്കിത്തീർക്കേണ്ടതും അതുവഴിയായി ഉയരേണ്ടതും

അധഃകൃതരുടെ ഇന്നത്തെ കമനീയമായ കർത്തവ്യമാകുന്നു.

"ഇന്നും ഉത്തമജാതിക്കാർ വൈശ്വദേവകർമ്മത്തിൽ ചണ്ഡാലർക്കും കൂടി ദിനം തോറും ബലികൊടുക്കുന്നു" എന്നു പറയുന്ന നമ്പൂതിരിപ്പാടവർകളോട് ഞങ്ങൾക്കുള്ള ബഹുമാനം ചില്ലറയല്ല. പക്ഷേ സനാതനക്കാരുടെ കുലകൂടസ്ഥന്മാരിൽ പുലയരും ഉൾപ്പെടുമെന്നും അതുകൊണ്ടാണ് പുലയരെ പൂജിപ്പാൻ സനാതനക്കാർ പരമ്പരയാ നിർബ്ബന്ധിതരായതെന്നും നമ്പൂതിരിപ്പാടവർകൾ കരുതുമെങ്കിലെ ഞങ്ങളുടെ ബഹുമാനത്തിന്നു പൂർണ്ണതകൂടുകയുള്ളൂ.

"അയിത്തക്കാരല്ലാത്തവരും അയിത്തക്കാരും തമ്മിലുള്ള സമ്പർക്കത്തെപ്പറ്റി ശാസ്ത്രം എന്തു നിബന്ധനകളെയാണ് നിശ്ചയിച്ചിട്ടുള്ളത്" എന്ന മഹാത്മജിയുടെ അഞ്ചാമത്തെ ചോദ്യത്തിന്നു നമ്പൂതരിപ്പാടവർകൾ വിസ്തരിച്ച മറുപടി പറയുന്നില്ല. മൂന്നാമത്തെ ചോദ്യത്തിന്റെ മറുപടിക്കൊണ്ടുതന്നെ കൃതാർത്ഥനായി എന്നാണ് തോന്നുന്നത്.

## IV

"ശാസ്ത്രങ്ങൾ എന്തെല്ലാം സംഗതികൾക്കൊണ്ടു അയിത്തജാതിക്കാർക്കു ക്ഷേത്രപ്രവേശനം അനുവദിക്കുന്നു?"

മഹാത്മജിയുടെ ആറാമത്തെ ചോദ്യമാണിത്. ഇതിന്നു നമ്പൂതിരിപ്പാടവർകൾ പറഞ്ഞ മറുപടിയിൽ ഒരുപിടിക്കാര്യങ്ങൾ അടങ്ങീയിട്ടുണ്ട്. നമ്പൂതിരിപ്പാടവർകൾ പറയുന്നതിങ്ങനെയാണ്.

'ക്ഷേത്രം പണി എന്ന ഒറ്റ സംഗതിയിൽ, പതിവായി വേണ്ടതായ പൂജാദികർമ്മങ്ങളൊന്നുമില്ലാത്ത സമയത്ത്, പണിചെയ്യേണ്ട സ്ഥലത്തോളം, കൂടാതെ കഴിയാത്ത ആശാരി മുതലായവർമാത്രം, ശുദ്ധിയോടുകൂടി പ്രവേശിക്കണമെന്നും, അതതു ദിവസത്തെ പണികഴിഞ്ഞാൽ നിമിഷനേരം പോലും താമസിക്കാതെ അവർ പുറത്തേക്ക്കടക്കേണമെന്നും, ഉടൻ ദേവപ്രതിമയിന്മേൽ യഥാവിധി ശുദ്ധി ചെയ്യണമെന്നും ശാസ്ത്രം ശാസിക്കുന്നതല്ലാതെ അയിത്തജാതിക്കാർക്കു ക്ഷേത്രത്തിൽ പ്രവേശിക്കാം എന്നനുവദിക്കുന്നില്ല'

ഇതാണ് ആറാമത്തെ ചോദ്യത്തിന്നുള്ള സമാധാനം. ക്ഷേത്രം പണി എന്ന ഒറ്റ സംഗതിയിൽ എന്നുപറഞ്ഞാൽ എന്താണർത്ഥം? മനസ്സിലായോ? ഇല്ലെന്നു തോന്നുന്നു. വല്ല ഇസ്ലാമികളും കടന്നു ദേവന്റെ കയ്യോ കാലോ തല്ലിത്തകർത്ത്ക്കളഞ്ഞിട്ടുണ്ടെങ്കിൽ കള്ളിയറിയിക്കാതെ കഴിച്ചുകൂട്ടുന്നതിനും ഊട്ടുകൾ മുടങ്ങാതെ

നടത്തിക്കുന്നതിന്നും വേണ്ടി ലോഹങ്ങൾകൊണ്ടു താമരത്താളമോ മറ്റൊ ഉണ്ടാക്കി മറക്കുക തുടങ്ങിയ പണി എന്നൊക്കെയാണർത്ഥം. ദൈവങ്ങൾക്കു നിവസിക്കുവാൻ വീടുണ്ടാക്കുക. ദൈവങ്ങളെ ഉറപ്പിച്ചു നിർത്തുവാൻ ആധാരശിലകളെ പണിചെയ്യുക, ദൈവങ്ങളെ കുളിപ്പിക്കുമ്പോൾ വെള്ളം പുറത്തുപോകത്തക്കവണ്ണം ഓവുകളുണ്ടാക്കുക, ദൈവങ്ങൾക്കണിയുവാൻ സ്വർണ്ണാഭരണങ്ങളുണ്ടാക്കുക എന്നിവ ചെയ്യുന്ന കല്ലാശാരികൾക്കും മറ്റും പണികഴിഞ്ഞാൽ പിന്നെ നിമിഷനേരമെങ്കിലും അവിടെ നിന്നുകൂടയെന്നും അവർ മാറിയ ഉടനെതന്നെ യഥാവിധി ശുദ്ധിചെയ്യണമെന്നും ശാസ്ത്രം ശാസിക്കുന്നു എന്നു പറയുന്നതു കേൾക്കുമ്പോൾ മൂർഖമൂഷികന്യായമാണ് ഓർമ്മയിൽ വരുന്നത്. വലിയ എലികൾക്കു മാളങ്ങളുണ്ടാക്കുന്നതിൽ ഏറ്റവും കൗതുകമാണ്. ഉണ്ടാക്കിക്കഴിഞ്ഞാൽ മൂർഖന്മാർ അവയിൽ കടന്നുകൂടുകയും എലികളെ പിടിച്ച് 'ശാപ്പാട്' കഴിക്കുകയുമാണ് പതിവ്. മാത്രമല്ല മൂർഖന്മാരുടെ നിത്യവാസവും പിന്നെ അവയിൽ തന്നെയായിരിക്കും. എലികൾക്കു പിന്നെ ജീവാവസാനം വരെ അങ്ങുചെന്നുകൂട. ചെന്നുപോയെങ്കിൽ കാലന്നൂരിലെ പിന്നെ കാണുകയുള്ളൂ. ഇതാണത്രെ മൂർഖമൂഷികന്യായം.

ഇങ്ങനെ ഒരു ന്യായമുള്ളതു സനാതനക്കാർക്കു സമാധാനകരം തന്നെ. 'നല്ല ശാസ്ത്രം' യഥാവിധി ശുദ്ധിചെയ്യുകയെന്നുവെച്ചാൽ 'മൂഢാസ്മി. മൗഢ്യായ നമഃ ധിക്കാര്യസ്മി, ധിക്കാരായനമഃ അധേമോസ്മി, അധമ്യായനമഃ കൃതഘ്നോസ്മി, കൃതഘ്നാതായൈനമഃ പാപോസ്മി, പാപായനമഃ നിർല്ലജ്ജോസ്മി, നിർല്ലജ്ജ്യതായൈനമഃ' എന്നൊമറ്റോ ചൊല്ലി വെള്ളം കുടിക്കുകയും മറ്റുമല്ലാതെ മനുഷ്യത്വത്തിന്നു പറ്റുന്ന കർമ്മമായിരിക്കയില്ലെന്നു ആർക്കാണറിഞ്ഞുകൂടാത്തത്. ദൈവങ്ങളെ ഉണ്ടാക്കിക്കൊടുക്കാം' ദൈവങ്ങൾക്കും കൂട്ടുകാർക്കും കൂടുവാൻ വീടുകളും പണിചെയ്തു കൊടുക്കാം; പണിചെയ്തു കൊടുത്താൽ സ്വല്പം പോലും പിന്നെ അവിടെയൊന്നും വിശ്രമിച്ചുകൂടാ, എന്നുമാത്രമല്ല, പണിചെയ്ത സ്ഥലം പോലും പുണ്യാഹം ചെയ്തും മറ്റും ശുദ്ധമാക്കുകകൂടി വേണം. ഇങ്ങിനെ പരസ്യം ചെയ്യത്തക്ക മനസ്ഥിതി ഇന്നും നിലനിൽക്കുന്നുവെന്നുവന്നാൽ പണ്ടത്തെ കഥ എന്തായിരുന്നിരിക്കാമെന്നോർത്തു പേടിച്ചു വിറച്ചുപോവുകയില്ലേ? ഭാരതക്ഷേമചന്ദ്രമസ്സിനെ വിഴുങ്ങുന്ന തമോഗ്രഹമെ! നിന്നെ ലക്ഷ്യമാക്കിയും കൊണ്ടാണോ ഇന്നും ഗ്രഹണാവസരങ്ങളിൽ നീണ്ട മട്ടലെടുത്തു പലരും നിലത്തു തല്ലുന്നത്.?

"ശാസ്ത്രങ്ങൾ എന്നാൽ ഏവയാണ്" എന്ന ഏഴാമത്തെ ചോദ്യത്തിന്നു സാരാസാരങ്ങളെ പ്രതിഫലം വാങ്ങാതെ ഉപദേശിച്ചുതരുന്ന

ശ്രുതി സ്മൃതീതിഹാസപുരാണാഗമാദികളാകുന്നു" എന്നും മറ്റുമാണ് നമ്പൂതിരിപ്പാടവർകൾ മറുപടി പറയുന്നത്. മറുപടി നന്നായിരിക്കുന്നു പക്ഷേ, 'പ്രതിഫലം വാങ്ങാതെ' എന്നു പറഞ്ഞതിന്റെ സാരം മനസ്സിലായില്ല. ശ്രുതികളും സ്മൃതികളും മനുഷ്യരോടു പ്രതിഫലം വാങ്ങാറുണ്ടെന്നു മഹാത്മജി മനസ്സിലാക്കീട്ടുണ്ടായിരിക്കണമെന്നാണോ നമ്പൂതിരിപ്പാടവർകൾ ശങ്കിക്കുന്നത്? അങ്ങിനെയാണെങ്കിൽ ആ ശങ്ക സുപ്രസിദ്ധശങ്കയായിരിക്കണമെന്നെ പറയാനുള്ളൂ.

പ്രത്യക്ഷാദിസിദ്ധങ്ങളല്ലാത്ത പദാർത്ഥങ്ങളെ പ്രതിപാദിക്കുന്നതാണ് ശാസ്ത്രമെന്നും പ്രത്യക്ഷാദിസിദ്ധങ്ങളായ പദാർത്ഥങ്ങളെക്കുറിച്ചു ശാസ്ത്രത്തിൽ പറഞ്ഞുകാണുന്നത് അനുവാദമാകുന്നു എന്നുമുള്ള നമ്പൂതിരിപ്പാടവർകളുടെ അഭിപ്രായം തീരെ ശ്രദ്ധേയമല്ല. പ്രത്യക്ഷാദിസിദ്ധങ്ങളല്ലാത്ത പദാർത്ഥങ്ങളെ പ്രതിപാദിക്കുന്നതേതൊ അതാണ് ശാസ്ത്രമെന്നിങ്ങിനെ വല്ലവരും ശാസ്ത്രത്തെക്കുറിച്ചു ലക്ഷണകഥനം ചെയ്തിട്ടുണ്ടൊ? ഉണ്ടെങ്കിൽതന്നെ അതു ഏറ്റവും ദുഷ്ടമായിരിപ്പാനല്ലെ ഇടയുള്ളത്? പ്രത്യക്ഷം, അനുമതി തുടങ്ങിയ വസ്തു വിഷയങ്ങളല്ലാത്ത വല്ല പദാർത്ഥങ്ങളുമുണ്ടോ? ഉണ്ടെങ്കിലല്ലേ അവയെ പ്രതിപാദിക്കുന്ന ഒരു ശാസ്ത്രമുണ്ടാവുക! വാസ്തവത്തിൽ താദൃശപദാർത്ഥങ്ങളില്ല. ആകയാൽ നമ്പൂതിരിപ്പാടവർകളുടെ ലക്ഷണശരീരം അസംഭവം എന്ന ദോഷത്താൽ ദുഷിതമായിപ്പോയി. നിശ്ചയം പ്രത്യക്ഷാദിസിദ്ധങ്ങളല്ലാത്ത പദാർത്ഥങ്ങളെ പ്രതിപാദിക്കുന്നതു മാത്രമാണ് ശാസ്ത്രമെന്നും ശാസ്ത്രത്തിൽ പ്രത്യക്ഷാദിസിദ്ധങ്ങളായ പദാർത്ഥങ്ങളെ പ്രതിപാദിക്കുന്നതു അനുവാദമെ ഉള്ളൂ എന്നും പറയുന്നതായാൽ വേദാന്തശാസ്ത്രം ശാസ്ത്രമല്ലെന്നും വന്നുപോകയില്ലേ? ജാഗ്രത്, സ്വപ്നം, സുഷുപ്തി എന്നീ മൂന്നു കാലങ്ങളിലും ആനന്ദസ്വരൂപമായ പരമാത്മചൈതന്യം ഏതൊരു ജീവിക്കും പ്രത്യക്ഷസിദ്ധിമാകുന്നു എന്നാണ് ശ്രൗതമായ മതം, ഞാൻ, ഞാൻ എന്നിങ്ങനെയുള്ള ബോധത്തിന്നു വിഷയമായ ആത്മാവ് ആർക്കാണ് പ്രത്യക്ഷസിദ്ധമല്ലാതിരിക്കുന്നത്.

*വിശ്വഗ്രീചാളുവനമഖിലം*
*ഭാസതേയസ്യധാമ്നാ*
*സർവ്വേഷാമപ്യഹമഹമിതി*
*പ്രത്യയാലംബനംയഃ*
*തംപ്ലച്ഛന്തിസ്വഹൃദയഗതാ*
*വേദിനോ വിഷ്ണുമന്യാ-*
*നന്യായോയം ശിവ! ശിവ! നൃണാം*
*കേന വാവാരണീയഃ*

എന്നിങ്ങനെയുള്ള ജഗന്നാഥപണ്ഡിതരാജന്റെ അഭിപ്രായം പ്രസ്തുത വസ്തുത വിശദീകരിക്കുന്നുണ്ട്. അപ്രകാരമുള്ള സർവ്വപ്രത്യക്ഷ സിദ്ധനായിട്ടുള്ള ആത്മാവിനെ വിശദമായ നിലയിൽ വിമർശിക്കു കയാണ് വേദാന്തശാസ്ത്രം ചെയ്യുന്നത്. ആ ശാസ്ത്രത്തിൽ സംബന്ധി ക്കുന്നില്ല എന്നതുകൊണ്ടു നമ്പൂതിരിപ്പാടവർകളുടെ ശാസ്ത്രലക്ഷണ ശരീരം അവ്യാപ്തിദോഷത്താലും ദൂഷിതമായിരിക്കയാണ്.'അയി ത്തമെന്നൊന്നുണ്ട്; പ്രത്യക്ഷാദിസിദ്ധമല്ലെങ്കിലും അതിനെക്കുറിച്ചു ഉണ്ടെന്നു വിശ്വസിക്കണം' എന്നും മറ്റുമുള്ള ഭ്രാന്തവാക്യങ്ങളിൽ പ്രസ്തുതലക്ഷണം അതിവ്യാപ്തമായിട്ടുമിരിക്കുന്നു. അതുകൊണ്ടു നമ്പൂതിരിപ്പാടവർകൾ ശാസ്ത്രത്തെ സംബന്ധിച്ചു ലക്ഷണകഥനം ചെയ്തതു തീരെ ശ്രദ്ധേയമല്ല, നിശ്ചയം. പദത്തെ പ്രതിപാദിക്കുന്ന വ്യാകരണവും പ്രത്യക്ഷം അനുമാനം തുടങ്ങിയ പ്രമാണങ്ങളെയും പ്രത്യക്ഷം, അനുമിതി തുടങ്ങിയ പ്രമകളെയും മറ്റും പ്രതിപാദിക്കുന്ന ന്യായവും മറ്റും ശാസ്ത്രങ്ങളല്ലെന്നായിരിക്കാം നമ്പൂതിരിപ്പാടവർകൾ കരുതുന്നത്. പ്രസ്തുതമായ അപഥസഞ്ചാരത്തെക്കുറിച്ചു വിശദമായ വിവരണം പിന്നീട് ചെയ്തുകൊള്ളാം.

## V

"ശാസ്ത്രങ്ങളുടെ വിശ്വാസയോഗ്യതയെ എങ്ങനെ തെളിയിക്കും" എന്ന മഹാത്മജിയുടെ എട്ടാമത്തെ ചോദ്യത്തിന്നു നമ്പൂതിരിപ്പാട വർകൾ പറയുന്ന മറുപടി കേട്ടാൽ ആരും തന്നെ വിഷമിച്ചുപോകും. നമ്പൂതിരിപ്പാട് പറയുന്നു' സർവ്വജ്ഞരല്ലെന്നും തീർച്ചപ്പെട്ടിരിക്കുന്ന ചില മനുജമൃഗങ്ങളുടെ ശബ്ദങ്ങൾ കണ്ണടച്ചു വിശ്വസിച്ചു, ഗുരുവായൂർ ക്ഷേത്രത്തിൽ അധോവർഗ്ഗക്കാരുടെ പ്രവേശനത്തിന്നു വിവരമില്ലാ ത്ത ചില നിരോധക്കാരുണ്ടെന്നും മറ്റും ധരിച്ചു വെറുതെ വാശിപിടിച്ചു ക്ലേശിച്ചു കാലം കഴിയുന്നതല്ലാതെ.

*"യശ്ശാസ്ത്രവിധിമുത്സൃജ്യ*
*വർതേ കാമകാരതഃ*
*നസസസിദ്ധിമവാപ്നോതി*
*ന സുഖം നപരാംഗതീം"*
*"തസ്മച്ഛാസ്ത്രം പ്രമാണം തേ*
*കാര്യാകാര്യവ്യവസ്ഥിതൌ*
*ജ്ഞാത്വാശാസ്ത്രവിധാനോക്തം*
*കർമ്മകർത്തുമിഹാർഹസി"*

ഇത്യാദിവചനങ്ങൾകൊണ്ടു ശാസ്ത്രത്തിന്റെ അസാധാരണ

വിശ്വാസയോഗ്യതയെ സകലലോകൈകഗുരുവായ ഗുരുവായൂരപ്പൻ പരമതാല്പര്യത്തോടെ ഉപദേശിച്ചതന്നിട്ടും നിർലജ്ജം ധരിക്കുന്നതു കൂടാതെ സ്വീകരിക്കാൻ ഭാഗ്യമില്ലാത്ത പാഷണ്ഡനെ വഴിപ്പെടുത്താൻ സാധിക്കയില്ല എന്ന്.

സർവ്വജ്ഞതയോ മരണം തുടങ്ങി ആപത്തുകളെ തടുക്കുവാനുള്ള സമർത്ഥതയോ ഇല്ലാത്ത മനുഷ്യരൊക്കെ മൃഗങ്ങളാണെന്നു നിർദ്ദേശിക്കപ്പെട്ടത്, മഹാത്മജി തുടങ്ങിയവരെ ത്രൂക്ഷമായാക്ഷേപിക്കുവാനാണെങ്കിലും മഹാത്മജിയെയൊന്നും തീണ്ടാതെ അതു സ്വന്തം സന്നിധിയിൽ തിരിച്ചെത്തുന്നു എന്നുള്ളതല്ലേ ദയനീയം! സർവ്വജ്ഞതയൊ മരണം തുടങ്ങിയവയെ തടയുവാനുള്ള പടുതയോ ഇതരന്മാർക്കെന്നപോലെ നമ്പൂതിരിപ്പാടിന്നുമില്ല. അങ്ങിനെയുള്ളവരെ മൃഗങ്ങളെന്നു വിളിച്ചാൽ അതു ആരെയാണ് ബാധിക്കുക? മറ്റുള്ളവരെയൊ, തന്നെയോ? ഒന്നു ചിന്തിച്ചുനോക്കുക?

*പരനെയഴലിലാക്കാൻ*
*കയ്യുണച്ചുള്ള ശസ്ത്രം*
*കരളിനഥ കഴങ്ങിവിപ്ര-*
*നയ്യോ കുഴങ്ങീ*
*നരനൊരുവിധമെന്തോ*
*ചിന്തചെയ്യുന്നു പക്ഷേ*
*ത്വരയൊടിതിനെ മാറ്റി-*
*ത്തന്നെ തീർക്കുന്ന ദൈവം*

എന്നൊരു പഴയകവി പറഞ്ഞത് പരമാർത്ഥംതന്നെ. ലോകത്തിന്നു പൊതുവെ ആശ്വാസകരമായ ധർമ്മത്തെ ഉപദേശിക്കുന്നതേതോ അതാണ് ശാസ്ത്രം. അപ്രകാരമുള്ള ശാസ്ത്രീയധർമ്മത്തെ സ്വീകരിപ്പാനും അധർമ്മം പുലർത്തുന്ന ശാസ്ത്രാഭാസത്തെ തൃണംപോലെ ദൂരീകരിക്കാനുമാണ് ലോകൈകഗുരുക്കന്മാരായ ഗുരുവായൂരപ്പനും മഹാത്മജിയും സകരുണം ഗുരുതരമായുപദേശിക്കുന്നതും. ഉപദേശിച്ചതും സഹോദര്യത്തെ ദ്രോഹിക്കുന്ന ദുശ്ശാസ്ത്രങ്ങളെ തച്ചുടക്കുന്നതിൽ മഹാത്മജിയെപ്പോലെതന്നെ ഗുരുവായൂരപ്പനും മിടുക്ക് കാട്ടീട്ടുണ്ടെന്നു ഭാരതഗ്രന്ഥങ്ങളെ പാരായണം ചെയ്തിട്ടുള്ള ആർക്കും തന്നെ മനസ്സിലാകും. ഗുരുവായൂരപ്പന്റെയും മറ്റും യാത്ര ഏതു വഴിയിൽക്കൂടിയാണെന്നു നമ്പൂതിരിപ്പാടവർകൾക്ക് നല്ലപോലെ മനസ്സിലായിട്ടില്ലെന്നാണ് തോന്നുന്നത്. ഒന്നു കേൾക്കുക:

*ഏതസ്മീൻ ഭാരതെ വർഷെ*
*നാനാകർമ്മപ്രവർത്തകാഃ*
*ജാതിമാനാഭി ഭ്രതാശ്ച*

*കൃതഘ്നാ സത്യവജ്ജിതാഃ*

ഇങ്ങനെ ജാത്യഭിമാനികളെക്കുറിച്ച കൃതഘ്നന്മാരെന്നും സത്യമില്ലാത്തവരെന്നും എന്തിനാണാക്ഷേപിച്ചിരുന്നത്? ജാത്യഭിമാനം നിമിത്തമല്ലെ പുലയരേയും മറ്റും അകറ്റിനിറുത്തുന്നത്? അങ്ങനെ ചെയ്യുന്നത് സത്യത്തിന്നെതിരല്ലേ? ഉയർന്നജാതികളെന്നഭിമാനിക്കുന്നവരുടെ കുലകൂടസ്ഥന്മാർ പുലയരും മുക്കുവരും മറ്റുമല്ലെ? അപ്പോൾ പുലയർ തുടങ്ങിയവരേക്കാളും ഉയർന്നവരെനന്നഭിമാനിക്കുന്ന സനാതനക്കാർ സത്യശൂന്യരാണെന്നുള്ളത് സത്യം തന്നെയല്ലെ? കുലകൂടസ്ഥന്മാരെ വിസ്മരിക്കുന്നതിൽപരം കൃതഘ്നതയുണ്ടാവാനില്ലല്ലോ. ആകയാൽ ഗുരുവായൂരപ്പനും മറ്റും സനാതനക്കാർ പറയുമ്പോലെയല്ല പ്രവൃത്തിച്ചിരുന്നതെന്നും സനാതനക്കാരെ നന്നാക്കുവാൻ വേണ്ടി അവർ കണക്കിലാക്ഷേപിക്കുകയാണ് ചെയ്തിരുന്നതെന്നും സഹോദരപ്രണയത്തെക്കുറിച്ച സങ്കീർത്തനം ചെയ്യുകയാണ് അവർക്ക് ഇഷ്ടമായിരുന്നതെന്നും ആഭാസശാസ്ത്രങ്ങളെ അവർ വകവെച്ചിരുന്നില്ലെന്നും വിശദമാകുന്നില്ലെ? അത്തരത്തിലുള്ള സംരംഭത്തിലല്ലെ മഹാത്മജിയും ഏർപ്പെട്ടിട്ടുള്ളത്?

*ദൃഷ്ട്വാ കൈതവശാസ്ത്രാണി*
*വാഗ്ഡംഭഘടിതാനിച*
*ഇതരംപാപമിദിംപുണ്യ*
*മിതിബിഭ്യതി കർമ്മഠാഃ*

ഇങ്ങനെ കള്ളശാസ്ത്രങ്ങളുണ്ടെന്നും കർമ്മഠന്മാർ അതുകൊണ്ടു ഇതു പാപം ഇതു പുണ്യം എന്നും മറ്റും പറയുന്നു എന്നും ഗുരുവായൂരപ്പൻ മുതർ പേർ എന്തിനു പറഞ്ഞു എന്നൊന്നു ചിന്തിച്ചു നോക്കരുതോ? ഗുരുവായൂരപ്പൻ ഉപദേശിച്ചതന്നിട്ടും നിർല്ലജ്ജം ധിക്കരിക്കുന്നത് മഹാത്മജിയോ നമ്പൂതിരിപ്പാടവർകളോ ആരാകുന്നു എന്നൊന്നു ചിന്തിച്ചുനോക്കിയേ മതിയാവൂ. "ഗുരുവായൂരപ്പന്റെ ഉപദേശം സ്വീകരിപ്പാൻ ഭാഗ്യമില്ലാത്ത പാഷണ്ഡനെ വഴിപ്പെടുത്താൻ സാധിക്കയില്ല." എന്നിങ്ങനെ നമ്പൂതരിപ്പാടവർകൾ പറയുന്നതിന്നു, മഹാത്മജിയെ വഴിപ്പെടുത്താൻ സാധിക്കുകയില്ലെന്നോ നമ്പൂതിരിപ്പാടിനെ വഴിപ്പെടുത്താൻ സാധിക്കയല്ലെന്നോ എന്താണർത്ഥം വിവക്ഷിതമായതെന്നു എത്രതന്നെ ചിന്തിച്ചിട്ടും മനസ്സിലാകുന്നില്ല. ആരാണാവോ ഭാഗ്യമില്ലാത്ത പാഷ്ണ്ഡൻ? പുരാണശാസ്ത്രം പരിശോധിച്ചാൽ മനസ്സിലാകുമോ എന്നൊന്നു നോക്കാം.

*പൂർവ്വം യേ രാക്ഷസാരാജൻ*
*തേകലൌബ്രാഹ്മണഃ സ്മൃതാഃ*
*പാഷണ്ഡ നിരതാസ്സർവ്വേ*

*ഭവന്തി ജനവഞ്ചകാഃ*

ഇതു ദേവീഭാഗവതത്തിലുള്ളതാണല്ലോ. പണ്ടത്തെ രാക്ഷസന്മാരാണ് കലികാലത്തിലെ ബ്രാഹ്മണരെന്ന് പറയപ്പെടുന്നവർ. അവർ മുഴുക്കെ പാഷണ്ഡന്മാരും ജനവഞ്ചകന്മാരുമാണ്. ഈ ശാസ്ത്രീയവചനം ഒന്നു പരിശോധിച്ചാൽ ആരാണ് സത്യത്തിന്നു വഴിപ്പെടാത്ത ഭാഗ്യം കെട്ട പാഷണ്ഡനെന്നും പോരെങ്കിൽ ജനവഞ്ചകനെന്നും വ്യക്തമാകയില്ലയൊ? ഉത്തരം പറഞ്ഞുകേട്ടിട്ടുവേണം കൃതാർത്ഥതയണയാൻ.'എനിക്കു വിശേഷജ്ഞാനമില്ല; ദയചെയ്തു ശാസ്ത്രത്തിൽ വിശ്വാസമുണ്ടാക്കിത്തന്നാൽ കൊള്ളാം; എന്നിങ്ങനെ അപേക്ഷിക്കുന്നപക്ഷം പരീക്ഷിച്ചുനോക്കാം. അപേക്ഷക്കാരനു ഭാഗ്യമുണ്ടെങ്കിൽ ഫലിക്കും. ഇല്ലെങ്കിൽ ഫലിക്കാം' എന്നാണ് നമ്പൂതിരിപ്പാടവർകൾ പറയുന്നത്. ശാസ്ത്രവിശ്വാസം ലഭിക്കുന്നതിനു വേണ്ടി ഇനു മഹാത്മജി ചെല്ലേണ്ടതു നമ്പൂതിരിപ്പാടവർകളുടെ അരികിലേക്കുതന്നെയാണ്. തീണ്ടിപ്പോകാതെ ദൂരെ മാറിനിന്നുകൊണ്ടു അപേക്ഷിക്കണം. ഭാഗ്യമുണ്ടെങ്കിൽ തീർച്ചയായും ഫലിക്കും. ഭക്ഷണത്തിന്നു വകയും ദക്ഷിണയും കൊടുത്താൽ ഫലിക്കാതിരിക്കുകയില്ല. നിശ്ചയം. പക്ഷേ "ബാലകനു കാമിനീസുഖം അനുഭവപ്പെടാത്തതാകുന്നു. നാസ്തികനു ഭാഗ്യമില്ല" എന്നുള്ള നമ്പൂതിരിപ്പാടവർകളുടെ പ്രഭാഷണം കേട്ടു ഭ്രമിച്ചിട്ടാവശ്യമില്ല. സുഖം അനുഭവിച്ചും ഭാഗ്യം തികഞ്ഞും ജീവിക്കുന്ന ഒരു മഹാനല്ലെ നമ്പൂതിരിപ്പാടവർകൾ, ഗുരുവായൂരിലല്ലെ നിത്യവാസം? അതുകൊണ്ട് ചെല്ലേണ്ടതും അപേക്ഷിക്കേണ്ടതും തന്നെ. എന്തിന്നു മഹാത്മജി മടിക്കുന്നു. മഹാഭാഗ്യം നേരിട്ടനുഭവിക്കാം. ഹരെ! കൃഷ്ണാ!

"അജ്ഞാനം, അവിവേകം, തെറ്റിദ്ധാരണ മുതലായ ദോഷശതം കൊണ്ടു ദുഷിച്ച മനുഷ്യാകൃതികളുടെ വിതിണ്ഡവാദം അഥവാ പ്രലാപം തീരെ തിരസ്കരണീയമാണെന്നുള്ളതു നിർവ്വിവാദമാണല്ലോ."

എന്നിങ്ങനെ നമ്പൂതിരിപ്പാടവർകൾ പറയുന്നതു തീരെ അസഹ്യം തന്നെ. തന്നത്താനൻ അറിയാതിരിക്കുക. താനും മറ്റുള്ള മനുഷ്യരും തുല്യരാകുന്നു എന്നുള്ള വിവരമില്ലാതെ ഗോഷ്ടികാട്ടുക, മറ്റുള്ളവരെക്കാൾ താൻ ഉയർന്നവനാണെന്നു തെറ്റിദ്ധരിക്കുക എന്നിങ്ങനെയുള്ള ദോഷശതം കൊണ്ടു ദുഷിച്ച മനുഷ്യാകൃതികൾ ഏതാണെന്നോ താതെതന്നെ ആർക്കും ഗ്രഹിക്കുവാൻ കഴിയും. അതു അയിത്തം ആചരിക്കുകയെന്ന അനാചാരം ആവശ്യമാകുന്നുവെന്നു വെക്കുന്ന മനുഷ്യൻതന്നെ. അത്തരം മനുഷ്യർ-ആത്മാവിലോ, മനസ്സിലോ, മജ്ജയിലോ, അസ്ഥിയിലോ, മേദസ്സിലൊ, മാംസത്തിലൊ,

രക്തത്തിലോ രസത്തിലോ, തൊലിയിലൊ, രോമത്തിൽപോലുമൊ കണികാണ്മാൻ ഇല്ലാത്ത ജാതിഭേദത്തെ മുൻനിർത്തി സ്വന്തം സഹോദരങ്ങളെ ആട്ടിയോട്ടുന്ന മനുഷ്യകീടങ്ങൾ-പാവനസനാതനധർമദേവതയുടെ മലർമുഖത്തിൽ കരിതേക്കുന്ന നരാധമന്മാർ ജീവിക്കവെ, മഹാത്മജിയെ നോക്കി അജ്ഞനെന്നും മറ്റും ശകാരിക്കുന്നതു അഹോ ദയനീയം! കേരളം ഭ്രാന്താലയാകുന്നു എന്നു പുകൾക്കൊണ്ടിരിക്കുന്ന സ്ഥിതിക്കു അതിൽ വലിയ അനൗചിത്യമുണ്ടെന്നും, പറഞ്ഞുകൂട. ചികിത്സിക്കുന്ന മാന്യനായ ഡോക്ടരെ നോക്കിച്ചിരിച്ചും കയ്യടിച്ചും കൊണ്ടു അദ്ദേഹത്തിന്നു ഭ്രാന്തുണ്ടെന്നു പറയുന്ന പതിവ് ഭ്രാന്തന്മാർക്കുണ്ടെന്നുള്ളത് ഭ്രാന്താലകളിലെ ഗുണദേഷങ്ങളറിയുന്നവർക്കൊക്കെ അറിയാമല്ലൊ.

വിതണ്ഡാവാദം പ്രലാപമാണുപോലും! ആശ്ചര്യം! വിതണ്ഡയെന്താണ്? രണ്ടും ഒന്നിനെയാണൊ കുറിക്കുന്നത്? അജ്ഞനം മഞ്ഞളുപോലെ വെളുത്ത ഒരു പദാർത്ഥമാകുന്നു എന്നു പറയുന്ന ഒരാൾക്ക് അഞ്ജനവും മഞ്ഞളും അറിഞ്ഞുകൂടാ എന്നുള്ളതു ശരിയാണെങ്കിൽ വിതണ്ഡയും പ്രലാപവും ഒന്നാണെന്നു ധരിക്കുന്ന മനുഷ്യന്നു അതു രണ്ടും അറിഞ്ഞുകൂടാ നിശ്ചയം. അർത്ഥമില്ലാത്ത വചനത്തെയാണ് "പ്രലാപോ നർത്ഥകം വചഃ" എന്ന അമരകോശവചനം പഠിച്ചാൽതന്നെയും അതു ഗ്രഹിക്കാം. സ്വപക്ഷത്തെ സ്ഥാപിക്കാനുള്ള ശക്തിയില്ലെങ്കിലും പരപക്ഷത്തെ ദൂഷിക്കുവാൻ പോരുന്ന ഉക്തിയേതൊ അതിനെയാണ് വിതണ്ഡയെന്നു പറയുന്നത്. അതാകട്ടെ നിരർത്ഥകവചനമല്ലായ്കയാൽ പ്രലാപമല്ല നിശ്ചയം. 'പരപക്ഷദൂക്ഷണമാത്രാവസാനാ സ്വപക്ഷസ്ഥാപനഹീനാകഥാ വിതണ്ഡാ' എന്നു തുടങ്ങിയ ന്യായഭാഷ്യകാരാദികളുടെ മതം ഒന്നു പരിശോധിച്ചു നോക്കുക! എന്നിട്ടാവാം വാദരംഗത്തിലിറങ്ങുന്നത്.

# VI

"ശാസ്ത്രങ്ങളോ അല്ലെങ്കിൽ അവയെപ്പറ്റിയുള്ള വ്യാഖ്യാനങ്ങളൊ തമ്മിൽ വ്യത്യാസമുണ്ടെങ്കിൽ എങ്ങിനെയാണ് തീർച്ചപ്പെടുത്തേണ്ടത് എന്ന മഹാത്മജിയും ഒമ്പതാമത്തെ ചോദ്യത്തിന്നു"മഹിമ്ന സ്തോത്രത്തി"ന്റെ വ്യാഖ്യാനം നോക്കിയാൽ മതിയെന്നുമാത്രം പറഞ്ഞു മഹാത്മജിയെ വെറുതെവിട്ട നമ്പൂതിരിപ്പാടവർകൾ സദയഹൃദയൻ തന്നെ; സംശയമില്ല.

"നിങ്ങളുടെ തീരുമാനങ്ങൾ എന്താണ്!" എന്ന പത്താമത്തെ ചോദ്യത്തിന്നു തീണ്ടിക്കുളി മുതലായവയിൽ നിന്നു അണുമാത്രവും

പിഴക്കാതെ എന്നുവെച്ചാൽ പഴകിയ അനാചാരങ്ങളെ എള്ളിടയും കൈവെടിയാതെ എല്ലാവരും എങ്ങിനെ ജീവിക്കണം എന്നാണ് നമ്പൂതിരിപ്പാടവർകൾ മഹാത്മജിയോടു മറുപടി പറയുന്നത്. വിസ്തരിച്ചറിയണമെങ്കിൽ താൻ സാമൂതിരിപ്പാടവർകൾക്കെഴുതിയ കത്തൊന്നു വരുത്തിവായിച്ചുനോക്കിയാൽ ധാരാളമായി എന്നും നമ്പൂതിരിപ്പാടവർകൾ പറയുന്നു. വളരെ തിടുക്കമുള്ളതുകൊണ്ടു കൂടുതൽ വിസ്തരിക്കാതെ മാഹാത്മാവിന്റെ പത്തുചോദ്യങ്ങൾക്കും സമാധാനം ചുരുക്കിപ്പറഞ്ഞു വിരമിക്കുമ്പോൾ നമ്പൂതിരിപ്പാടവർകൾ സത്യവാചകം ഉപയോഗിച്ചു പറഞ്ഞതുകേട്ടാൽ ആരും തന്നെ അമ്പരന്നു ഭക്തന്മാരായിപ്പോകും. അതു അത്രയും നന്നായിട്ടുണ്ട്, കേൾക്കുക:

"ഇതെല്ലാം, ഞാനെഴുതിയതാണെന്ന് ആരും തെറ്റിദ്ധരിക്കരുത്. പിന്നെയോ ഗുരുവായൂരപ്പന്റെ സ്വന്തം തൃക്കൈവിളയാട്ടമാണ് സത്യം" കേട്ടില്ലേ ഇതാണ് നമ്പൂതിരിപ്പാടവർകൾ ഒടുവിൽ പറഞ്ഞത്. നമ്പൂതിരിപ്പാടിന്റെ മറുപടിവായിപ്പാൻ തുടങ്ങിയപ്പോൾ ഞങ്ങളും വല്ലാതെ ഭ്രമിച്ചിരുന്നു. "ഇങ്ങിനെ ഒരു മനുഷ്യൻ എഴുതുമോ" എന്നായിരുന്നു ഞങ്ങൾ ഭ്രമിച്ചിരുന്നത്. ഗുരുവായൂരപ്പനാണ് എഴുതിക്കൊടുത്തത് എന്ന് സത്യം ചെയ്തു പറഞ്ഞതുകേട്ടതിന്നു ശേഷമെ ഞങ്ങൾക്കു സമാധാനമുണ്ടായുള്ളൂ. ഹ! ഞങ്ങളുടെ ഗുരുവായൂരപ്പാ! കരിയും നുകവുമെടുത്തു ഒരു കർഷകനായും പനങ്കള്ളെടുക്കുന്ന ഒരു ചെത്തുകാരനായും ജീവിച്ച താലാങ്കന്റെ പൊന്നനുജനായി കാലിമേച്ചു കഴിഞ്ഞുകൂടിയ ഞങ്ങളുടെ ഗുരുവായൂരപ്പ! അങ്ങയുടെ തൃക്കൈവിളയാട്ടം ഇങ്ങിനെയും നന്നാകുമോ? ആശ്ചര്യം! പക്ഷേ അങ്ങയുടെ മഹിമയിൽ നമ്പൂതിരിപ്പാടവർകൾ സവിശേഷം വിശ്വസിക്കുന്നുണ്ടെങ്കിലും 'സനാതന ഹിന്ദു' പരിഹസിക്കുകയാണ് ചെയ്യുന്നത്. 'ശ്രീകൃഷ്ണനെയോ മറ്റോ വിശ്വസിച്ചതുകൊണ്ടൊ മുട്ടുകുത്തിയതുകൊണ്ടൊ ക്ഷമാപണം ചെയ്തതുകൊണ്ടോ മാത്രം ഈ സംസ്ക്കാരം സിദ്ധമാകുന്നതല്ല' എന്നല്ലെ സനാതനഹിന്ദുപറയുന്നത്. നമ്പൂതിരിപ്പാടവർകൾക്ക് ലേഖനങ്ങൾ എഴുതിക്കൊടുക്കുകകൂടി ചെയ്യുന്ന അങ്ങയുടെ മുമ്പിൽ വെച്ചു സനാതന ഹിന്ദു ഇങ്ങിനെയൊക്കെ പറയുന്നതു സാഹസമല്ലെ?

•

# പഠനം

# വടക്കെ മലബാറിലെ സാമൂഹ്യപരിഷ്കർത്താവ്

**ഇ.എം.എസ്. നമ്പൂതിരിപ്പാട്**

ശ്രീനാരായണ സ്വാമികളെപോലെ അഖില കേരള പ്രചാരം കിട്ടിയില്ലെങ്കിലും സമുദായത്തിന്റെ വളർച്ചയെ സാരമായി സഹായിച്ച വ്യക്തിയാണ് വടക്കെ മലബാറിലെ കോട്ടയം താലൂക്കിൽ ജനിച്ച വാഗ്ഭടാനന്ദഗുരുദേവൻ. പാണ്ഡിത്യത്തിലും വാഗ്മിത്വത്തിലും നാരായണഗുരുദേവനെപോലും കവച്ചുവെച്ചിരുന്ന അദ്ദേഹം ആദ്യം ബ്രഹ്മസമാജത്തിലൂടെയും പിന്നീട് സ്വന്തമായി സ്ഥാപിച്ച ആത്മ വിദ്യാസംഘം മുഖേനയും ജാതി വ്യത്യാസം വിഗ്രഹാരാധന മദ്യപാനം മുതലായവയ്ക്കെതിരായി യുക്തിപൂർവം പ്രവർത്തിക്കുകയും ഇതിൽ സവർണ ഹിന്ദുക്കളിൽ ചിലരെപോലും തന്റെ ശിഷ്യൻമാരാക്കുകയും ചെയ്തു. വടക്കെ മലബാറിന്റെ സാമൂഹ്യ വളർച്ചയിൽ വളരെ പ്രധാനമായൊരു പങ്ക് അദ്ദേഹം വഹിച്ചിട്ടുണ്ടെന്നതിനു സംശയമില്ല.

•

# വാഗ്ഭടാനന്ദൻ വടക്കുനിന്നൊരു സിംഹഗർജനം

പി. ഗോവിന്ദപ്പിള്ള

കേരളത്തിലെ നവോത്ഥാന നായകരിൽ വാഗ്ഭടാനന്ദ ഗുരുദേവന് (1885-1939) സവിശേഷമായ സ്ഥാനമാണ് ചരിത്രം നൽകുന്നത്. ഇന്ത്യൻ നാഷണൽ കോൺഗ്രസ് രൂപീകരിക്കപ്പെട്ട 1885 ലാണ് തലശ്ശേരിക്കും കൂത്തുപറമ്പിനും മധ്യേയുള്ള ചരിത്രപ്രസിദ്ധമായ പാട്യം ഗ്രാമത്തിൽ സംസ്കാരത്തിനും പാണ്ഡിത്യത്തിനും പേരുകേട്ട ഒരു കുടുംബത്തിൽ വയലേരി കുഞ്ഞിക്കണ്ണൻ ജനിച്ചത്. നവോത്ഥാന പ്രസ്ഥാനത്തെയും ആത്മീയവും മതപരവുമായ നവീകരണയത്നങ്ങളെയും സ്വാതന്ത്ര്യസമരത്തെയും സമന്വയിപ്പിച്ച ഒരു പ്രതിഭാശാലി എന്ന നിലയിൽ ആ ജനനവർഷവും പ്രാധാന്യം അർഹിക്കുന്നു. 1939ൽ 55-ാമത്തെ വയസ്സിൽ അകാലചരമം അടയുന്നതിനുമുമ്പ് അദ്ദേഹം കേരളത്തിന്റെ പുത്തനുണർവിന് നൽകിയ അന്യാദൃശമായ ലക്ഷ്യബോധവും സംഭാവനകളും മികച്ചതാണ്. പണ്ഡിതൻ, അധ്യാപകൻ, ഉജ്വല പ്രഭാഷകൻ, പത്രാധിപർ, തന്റെ മുഖ്യ പ്രവർത്തനോപാധിയായിരുന്ന 'ആത്മവിദ്യാസംഘ'ത്തിന്റെ സ്ഥാപകൻ, തന്റെ പ്രവർത്തനങ്ങൾക്ക് അടിത്തറപാകിയ കോഴിക്കോട്ടെ 'തത്ത്വപ്രകാശികാ' വിദ്യാലയത്തിന്റെയും ആശ്രമത്തിന്റെയും സ്ഥാപകൻ എന്നീ വിവിധ നിലകളിൽ 1920-കളിലും 1930-കളിലും കേരളത്തിലാകെ നിറഞ്ഞുനിന്ന ഒരു വ്യക്തിത്വമായിരുന്നു അദ്ദേഹത്തിന്റേത്.

വാഗ്ഭടാനന്ദന്റെ പേരിലെ 'ആനന്ദ' ഘടകം അദ്ദേഹം ശ്രീനാരായണനെയും ചട്ടമ്പിസ്വാമിയെയും ബ്രഹ്മാനന്ദ ശിവയോഗിയെയും പോലെ ഒരു സന്യാസി ആയിരുന്നു എന്ന തെറ്റിദ്ധാരണ ചിലരിൽ ജനിപ്പിച്ചേക്കാം. അദ്ദേഹം അക്കാലത്തെ സന്യാസിവര്യരായ ശ്രീനാരായണഗുരു, ചട്ടമ്പിസ്വാമികൾ, ആഗമാനന്ദ സ്വാമികൾ

തുടങ്ങിയവരുമായി നിരന്തരം ബന്ധം പുലർത്തുകയും ബ്രഹ്മാനന്ദ ശിവയോഗിയുടെ ശിഷ്യത്വം സ്വീകരിക്കുകയും ആത്മീയ പ്രശ്നങ്ങളെയും അദ്വൈത വേദാന്തസിദ്ധാന്തങ്ങളെയും കുറിച്ച് നിരന്തരമായി പ്രഭാഷണം നടത്തുകയും ചെയ്തിരുന്നു എന്നത് വാസ്തവം തന്നെ. എന്നാൽ വിവാഹം കഴിച്ച് ഗൃഹസ്ഥാശ്രമിയായി കഴിഞ്ഞ വാഗ്ഭടാനന്ദൻ സന്യാസദീക്ഷ സ്വീകരിച്ചിരുന്നില്ല. അദ്ദേഹത്തിന്റെ ധർമപത്നി വാഗ്മയിജദേവി അദ്ദേഹത്തിന്റെ പണ്ഡിതയായ സഹപ്രവർത്തകയും കോഴിക്കോട്ടെ തത്ത്വപ്രകാശിക വിദ്യാലയത്തിലെ അധ്യാപികയും ആയിരുന്നു. എങ്കിലും ഒരർഥത്തിൽ ഡോ. സുകുമാർ അഴീക്കോട് പറയുന്നതുപോലെ വാഗ്ഭടാനന്ദനെ ഒരു സന്യാസിയായി കണക്കാക്കാം. വാഗ്ഭടാനന്ദന്റെ സമ്പൂർണകൃതികൾക്കുള്ള അവതാരികയിൽ അഴീക്കോട് ഇപ്രകാരം അഭിപ്രായപ്പെടുന്നു.

"വാഗ്ഭടാനന്ദൻ ആർഷ സന്യാസിയായിരുന്നു, ആചാര സന്യാസിയായിരുന്നില്ല. അദ്ദേഹത്തിന്റെ ലൗകിക ജീവിതം ആധ്യാത്മികചര്യയുടെ ആന്തരതാളത്തിന് ഭംഗം വരുത്താത്തവണ്ണം മുന്നോട്ട് നയിക്കപ്പെട്ടു."

വയലേരി കുഞ്ഞിക്കണ്ണൻ ഗുരുക്കൾ എന്നതിന്റെ ചുരുക്കമായ വി.കെ. ഗുരുക്കൾ എന്ന പേരിലാണ് വാഗ്ഭടാനന്ദൻ ആദ്യകാലത്ത് അറിയപ്പെട്ടിരുന്നത്. എന്നാൽ അദ്ദേഹത്തിന്റെ ആദ്യകാല ഗുരുവും ആത്മീയ ഉപദേഷ്ടാവും ആയിരുന്ന ബ്രഹ്മാനന്ദ ശിവയോഗി ആദ്ദേഹത്തിന്റെ പാണ്ഡിത്യത്തിലും പ്രഭാഷണചാതുരതയിലും ആകൃഷ്ടനായി വാഗ്ഭടാനന്ദൻ എന്ന പേര് ചാർത്തിക്കൊടുക്കുകയാണ് ചെയ്തത്. ആ നാമകരണവും ബിരുദദാനവും ഒരു ചെറു ശ്ലോകത്തിലൂടെ ശിവയോഗി നിർവഹിച്ചു.

*"സരസ്വതി സത്ഭടനായി വാക്കിനാൽ*
*സദസ്സിനാനന്ദമതീവ നൽകിയാൽ*
*സു വാഗ്ഭടാനന്ദ വിശേഷ സംജ്ഞയീ*
*സുഖേന കൈൾക്കൊൾക ജയിക്ക മംഗളം!"*

വാഗ്ഭടാനന്ദന്റെ ആദ്യകാല ഗുരുവായിരുന്നു ബ്രഹ്മാനന്ദ ശിവയോഗി എന്ന് പറഞ്ഞുവെങ്കിലും കൗമാരപ്രായം കഴിഞ്ഞ് യൗവനത്തിലേക്ക് കാൽകുത്തുന്ന സന്ദർഭത്തിലാണ് കണ്ടുമുട്ടിയതും ശിഷ്യത്വം സ്വീകരിച്ചതും. അതിനുമുമ്പുള്ള അദ്ദേഹത്തിന്റെ വിദ്യാഭ്യാസം, പ്രത്യേകിച്ചും സംസ്കൃതത്തിലും വേദവേദാംഗങ്ങളിലും പുരാണേതിഹാസങ്ങളിലും ഉള്ള വിദ്യാഭ്യാസം, നിർവഹിച്ചത് പണ്ഡിതനായ പിതാവ് കോരൻ ഗുരുക്കളിൽ നിന്നും എം.കെ. ഗുരുക്കൾ, രൈരുനായർ തുടങ്ങിയ തദ്ദേശീയരായ പ്രസിദ്ധ

പണ്ഡിതന്മാരിൽ നിന്നുമാണ്. കൃഷ്ണഗാഥ കർത്താവ് ചെറുശേരി, സാമൂതിരിപ്പാടിന്റെ പതിനെട്ടര കവികളിൽ ഒരാളും രാമായണം ചമ്പു തുടങ്ങിയ പ്രസിദ്ധ കൃതികളുടെ കർത്താവുമായ പുനം നമ്പൂതിരി തുടങ്ങിയ പ്രാചീന സൂരികളുടെ ആ നാട്ടിൽ 20-ാം നൂറ്റാണ്ടിലും അനേകം അതിപ്രഗത്ഭരായ പണ്ഡിതന്മാർ ഉണ്ടായിരുന്നു. അവർ പലരുടെയും ശിഷ്യത്വം കുഞ്ഞിക്കണ്ണന് ലഭിച്ചിരുന്നു. ഈ സമ്പന്നമായ വൈജ്ഞാനിക സാഹചര്യവും പഠന നിപുണതയും ആത്മീയവും ഭൗതികവുമായ പ്രശ്നങ്ങളിൽ ചെറുപ്പം തൊട്ടേ പ്രകടമായ ഔത്സുക്യവും യൗവനോദയം ആയപ്പോഴേക്കും കുഞ്ഞിക്കണ്ണനെ സർവാദൃതനായ ഒരു പണ്ഡിതനും അധ്യാപകനും ആക്കി മാറ്റിയിരുന്നു. ഇക്കാലത്താണ് വിജ്ഞാന സ്രോതസ്സുകൾ തേടിയുള്ള യാത്രയ്ക്കിടയിൽ ദക്ഷിണ മലബാർ ആസ്ഥാനമാക്കി പ്രവർത്തിച്ചിരുന്ന ബ്രഹ്മാനന്ദ ശിവയോഗിയുമായി പരിചയപ്പെട്ടതും അദ്ദേഹത്തിന് ശിഷ്യപ്പെട്ടതും. അദ്ദേഹത്തിൽ നിന്ന് വാഗ്ഭടാനന്ദന് ലഭിച്ച ഉൾക്കാഴ്ചകളാണ് വിഗ്രഹാരാധനയെയും അനവധി ദുരാചാരങ്ങളെയും എതിർക്കാൻ ആവശ്യമായ വാദമുഖങ്ങളും കർമശേഷിയും അദ്ദേഹം നേടിയെടുത്തത്. പക്ഷേ, പിൽക്കാലത്ത് വേദാന്തവും അദ്വൈതവും മറ്റും സംബന്ധിച്ച ചില പ്രശ്നങ്ങളിൽ ശിവയോഗിയുമായി ഭിന്നത വളരുകയും വാഗ്ഭടാനന്ദൻ ശിവയോഗിയുടെ സിദ്ധാശ്രമം വിട്ട് സ്വതന്ത്രനായ പരിഷ്കർത്താവും പ്രഭാഷകനും ആയി ജീവിതം തുടരുകയും ചെയ്തത്.

സാമൂഹ്യ പരിഷ്കരണത്തിനും മത നവീകരണത്തിലും മറ്റും ചെറുപ്പത്തിലെ വാഗ്ഭടാനന്ദനെ സ്വാധീനിച്ച മറ്റൊരു വ്യക്തി ഉത്തര കേരളത്തിൽ ബംഗാളിലെ ബ്രഹ്മസമാജത്തിന്റെ ശാഖ സ്ഥാപിച്ചും മറ്റും നവോത്ഥാന ധാരകൾക്ക് കരുത്തു പകർന്ന ഡോ. അയ്യത്താൻ ഗോപാലൻ ആയിരുന്നു. പിൽക്കാലത്ത് കോൺഗ്രസ് നേതാവും സാമൂഹ്യ പ്രവർത്തകനും എം.എൽ.എയും ആയ ജി ബാലഗോപാലന്റെ പിതാവും മുൻ കോൺഗ്രസ് എം.എൽ എയുമായിരുന്ന സുജനപാലിന്റെ പിതാമഹനുമാണ്, പുതിയ തലമുറയ്ക്ക് അത്രയൊന്നും പരിചിതനല്ലാത്ത ഡോ. അയ്യത്താൻ ഗോപാലൻ.

ആയിരത്തി എണ്ണൂറ്റി തൊണ്ണൂറ്റിയെട്ടിൽ ബ്രഹ്മസമാജത്തിന്റെ ആദ്യ കേരള ശാഖ കോഴിക്കോട്ട് ആരംഭിച്ചതിന്റെ നായകൻ അയ്യത്താൻ ആയിരുന്നു. അയ്യത്താന്റെ ബ്രഹ്മസമാജത്തിൽ നിന്നും വിഗ്രഹാരാധനയോടുള്ള എതിർപ്പിനോടൊപ്പം ഏക ദൈവ വിശ്വാസവും വാഗ്ഭടാനന്ദനിൽ വേരൂന്നി. ശിവയോഗി ആകട്ടെ എല്ലാവിധ ദൈവസങ്കൽപങ്ങൾക്കും എതിരായിരുന്നു.

ശിവയോഗിയുടെ ശിഷ്യത്വത്തിന് ഭംഗം വരുന്നതിനുമുമ്പ് അദ്ദേഹത്തിന്റെ ആശയാദർശങ്ങൾ പ്രചരിപ്പിക്കുന്നതിന് ശിവയോഗി വിലാസം എന്ന പേരിൽ ഒരു മാസിക വാഗ്ഭടാനന്ദൻ പത്രാധിപരായി പ്രസിദ്ധീകരിച്ചിരുന്നു. എന്നാൽ ശിവയോഗിയുമായി തെറ്റിപ്പിരിഞ്ഞശേഷം പേരിൽ അൽപ്പം മാറ്റം വരുത്തി ശിവയോഗ വിലാസമാക്കി പ്രസിദ്ധീകരണം തുടർന്നു. 1929-ൽ വാഗ്ഭടാനന്ദൻ സ്ഥാപിച്ച് പ്രസിദ്ധീകരിച്ച ആത്മവിദ്യാ കാഹളവും പല പുതിയ ചിന്താതരംഗങ്ങളും ഇളക്കി വിട്ടു. ശിവയോഗിയുമായി അഭിപ്രായവ്യത്യാസം മൂലം വഴിപിരിഞ്ഞെങ്കിലും വാഗ്ഭടാനന്ദന് അദ്ദേഹത്തോടുണ്ടായിരുന്ന കടപ്പാടും ആദരവും ഒരിക്കലും വിസ്മരിക്കപ്പെട്ടിരുന്നില്ല എന്നത് ബ്രഹ്മാനന്ദ ശിവയോഗിയുടെ (1852-1929) സമാധിക്കുശേഷം കോഴിക്കോട്ട് വെച്ച് ചെയ്ത അനുസ്മരണ പ്രഭാഷണത്തിലും ചരമോപചാര കുറിപ്പുകളിലും വ്യക്തമാവുന്നുണ്ട്.

മാസികകളിലും പ്രഭാഷണങ്ങളിലും പ്രവർത്തനങ്ങളിലും വാഗ്ഭടാനന്ദന്റെ മതനവീകരണ പ്രശ്നങ്ങളും ആത്മീയ കാര്യവിചാരവും മാത്രമല്ല ഉണ്ടായിരുന്നത്. ജീവിതത്തെ സ്പർശിക്കുന്ന ഒരു കാര്യവും അദ്ദേഹത്തിന് അന്യമായിരുന്നില്ല. പ്രത്യേകിച്ച് കവിതാ രചനയിലും സാഹിത്യ നിരൂപണത്തിലും അദ്ദേഹം പ്രത്യേക പ്രതിഭ പ്രകടിപ്പിച്ചിരുന്നു. വാഗ്ഭടാനന്ദ ഗുരുദേവന്റെ ബഹുമുഖമായ പ്രവർത്തനങ്ങളും വിവാദങ്ങളും ഈ ചെറിയ കുറിപ്പിന്റെ പരിധിയിൽ ഒതുങ്ങുന്നതല്ല. മഹാകവി ഇടശ്ശേരി ഗോവിന്ദൻ നായർ വാഗ്ഭടാനന്ദന്റെ വ്യക്തിത്വത്തെയും സേവനങ്ങളെയും ഇപ്രകാരം ഒരു ലഘു കവനത്തിൽ സംഗ്രഹിച്ചിരുന്നു.

*അനാചാരങ്ങളാൽ, നാനാ-*
*ദൈവതാരാധാനങ്ങളാൽ*
*നശിക്കെ, നമ്മൾക്കൊരേകീ*
*ബ്രഹ്മദ്ധ്യാനാനുശീലനം?*

*അദ്ദേഹഗുരുസങ്കാശൻ*
*വാഗ്ഭടാനന്ദ ദേശികൻ*
*ജനിച്ച നാളിലിന്നാട്ടിൽ*
*ജനിച്ചേൽ, ഭാഗ്യശാലി ഞാൻ!*

*സവിശേഷത മുറ്റുന്നോ-*
*രക്കാലത്തെ സ്മരിപ്പു ഞാൻ!*
*ചരിത്രത്തിൽ ജീർണത മേൽ*

*കുരുത്ത പുലർവേളയെ!*

*ചുറ്റും കമിഞ്ഞ നാശത്തിൽ*
*നിന്നുയിർകൊണ്ട ഭാവന,*
*ഒരുന്നത സ്വർഗതല-*
*സൃഷ്ടിക്കായുള്ള കാമന!*
*കുതിച്ചുയർന്നു മുന്നോട്ടാ-*
*ബൃഹത്താം സേന നീങ്ങവേ,*
*അതിൻ മുന്നണിയിൽ കണ്ടേൻ*
*വാഗ്ഭടാനന്ദ ദേവനെ!*

തുടക്കത്തിൽ പറഞ്ഞുവെച്ചതുപോലെ ആചാര പരിഷ്കാരങ്ങളെയും സാമൂഹ്യനവീകരണത്തെയും ദേശീയസ്വാതന്ത്ര്യം എന്ന രാഷ്ട്രീയ ലക്ഷ്യത്തെയും സമന്വയിപ്പിക്കാൻ കഴിഞ്ഞു എന്നതാണ് വാഗ്ഭടാനന്ദ ഗുരുദേവന്റെ അനന്യ സാധാരണമായ മഹത്വത്തിന്റെ ആധാരശില. കോൺഗ്രസ് സമ്മേളനങ്ങളും കർഷക സമ്മേളനങ്ങളും വാഗ്ഭടാനന്ദന്റെ വീക്ഷണത്തിൽ സാഹിത്യ സദസ്സുകളോടും ഗീതാ-വേദാന്ത വ്യാഖ്യാന യജ്ഞങ്ങളോടും സമാനത വഹിക്കുന്നവയായിരുന്നു.

വാഗ്ഭടാനന്ദൻ ആത്മീയ ചിന്തയെയും ആചാര പരിഷ്കാരത്തെയും സാംസ്കാരിക പ്രവർത്തനത്തെയും രാഷ്ട്രീയ സ്വാതന്ത്ര്യത്തിനും സാമൂഹ്യ നീതിക്കും വേണ്ടിയുള്ള പ്രവർത്തനങ്ങളുമായി ഇണക്കിച്ചേർത്തത് എങ്ങനെയെന്ന് അദ്ദേഹത്തിന്റെ അഭിനവ കേരളം എന്ന മാസികയുടെ ആപ്തവാക്യമായി ചേർത്തിരിക്കുന്ന ഈരടികളിൽ നിന്ന് വ്യക്തമാകും:

*ഉണരുവിൻ അഖിലേശനെ സ്മരിപ്പിൻ*
*ക്ഷണമെഴുന്നേൽപ്പിൻ അനീതിയോടെതിർപ്പിൻ*

പക്ഷേ ഈ സമഗ്രവീക്ഷണം പിൽക്കാലത്ത് ഗുരുദേവന്റെ ശിഷ്യഗണങ്ങൾ പോലും വേണ്ടത്ര ഉൾക്കൊണ്ടില്ല എന്നത് കേരളത്തിന്റെ നിർഭാഗ്യം എന്നേ പറയേണ്ടൂ. ഡോ. സുകുമാർ അഴീക്കോട് ഇപ്രകാരം വിലപിക്കുന്നു.

"അക്കാലത്ത് വാഗ്ഭടാനന്ദനും ആത്മവിദ്യാസംഘവും പൊതുവെ മഹാത്മാഗാന്ധിയെയും ഇന്ത്യൻ നാഷണൽ കോൺഗ്രസിനെയും അനുകൂലിക്കുന്ന ഒരു ദേശീയ ദർശനമായിരുന്നു ഉൾക്കൊണ്ടിരുന്നത്. പക്ഷേ ഗുരുദേവന്റെ കാലാതിശായിയായ ഉൽപ്പതിഷ്ണുത്വത്തെയും അനീതിധ്വംസന പ്രവണതയെയും പതിതപ്രേമത്തെയും

അന്ധവിശ്വാസ വിരോധത്തെയും ഉൾക്കൊള്ളാൻ കേരളത്തിലെ കോൺഗ്രസ് പ്രസ്ഥാനത്തിന് സാധിച്ചോ എന്ന ചോദ്യം ഉത്തരം കിട്ടാതെ അലഞ്ഞു പോകുന്നു. കേരളത്തിന്റെ സാമൂഹികമായ പുരോഗതിയിൽ വിചാരത്തിന്റെ നവീകരണത്തിനും ബുദ്ധിപരമായ സ്വാതന്ത്ര്യത്തിനുവേണ്ടി ഗുരുദേവൻ ചെയ്ത സംഭാവനകൾ കുറെയെങ്കിലും മനസ്സിലാക്കി വിലയിരുത്തുകയും അഭിനന്ദിക്കുകയും ചെയ്തവർ മൊയാരത്തത്ത് ശങ്കരനെയും ഇ എം. ശങ്കരൻ നമ്പൂതിരിപ്പാടിനെയും പോലുള്ളവരാണ്. ആസ്തിക്യബോധത്തെയും അനീതിനിഷേധത്തെയും ഇത്രമാത്രം സമന്വയിപ്പിച്ച ഒരാചാര്യൻ കേരളത്തിൽ ഉണ്ടായിട്ടില്ല." (വാഗ്ഭടാനന്ദന്റെ സമ്പൂർണ കൃതികൾ -1988 പുറം 23)

നവോത്ഥാന പാരമ്പര്യങ്ങളും മൂല്യങ്ങളും വെല്ലുവിളിക്കും വിസ്മൃതിക്കും ഇരയായിക്കൊണ്ടിരിക്കുന്ന ഈ കാലഘട്ടത്തിലും വാഗ്ഭടാനന്ദ മാതൃകയുടെയും ചിന്തയുടെയും ഊഷ്മാവ് ഉൾക്കൊള്ളാൻ കേരളത്തിന് കഴിവുണ്ടാകണം.

•

# നന്ദനോക്തി

## സുകുമാർ അഴീക്കോട്

നാൽപ്പത്കൊല്ലം മുമ്പ് ദിവംഗതനായ ഒരു ആദ്ധ്യാത്മിക ദേശികൻ ഇന്നേയ്ക്ക് അമ്പത്തിഅഞ്ചുകൊല്ലംമുമ്പ് രചിച്ച ഒരു ആത്മവിദ്യാഗ്രന്ഥം പുനഃപ്രകാശനം ചെയ്യപ്പെടുന്ന ഈ സന്ദർഭത്തിൽ ആ ആചാര്യന്റെയും ആ കൃതിയുടെയും വെളിച്ചത്തിൽ 'പുതുദീപം മുമ്പിൽ പതംഗിപോലെ' കണ്ണഞ്ചിവളരാൻ കഴിഞ്ഞ ഒരു വ്യക്തി അവയെപ്പറ്റി എഴുതാൻ നിർബന്ധിക്കപ്പെട്ടാൽ എങ്ങിനെയിരിക്കും? ആനന്ദകരമായ ആ വിഹ്വലാവസ്ഥയിലാണ് ഞാൻ ഇപ്പോൾ. എന്റെ ചെറുപ്പത്തിലെയും അന്നത്തെ കേരളത്തിന്റെയും വളർച്ചയ്ക്ക് ഉത്തേജനം കൊടുത്ത അദ്ദേഹത്തിന്റെ ചിന്തകൾ എന്നെപ്പോലുള്ളവർക്ക് എത്രമാത്രം പാരമാർത്ഥികമായ അനുഭവത്തിന് നിദാനമായിത്തീർന്നോ ഇന്നത്തെ തലമുറയിലെ ചെറുപ്പക്കാർക്ക് അവ അത്രമാത്രം അപ്രസക്തമായിത്തീർന്നേക്കുമോ എന്ന ഭയവും ഇല്ലാതില്ല. എന്നാൽ അന്നത്തെയും ഇന്നത്തെയും ചെറുപ്പക്കാർക്ക് സത്യാഭിമുഖ്യം, ആത്മജിജ്ഞാസ, ശാന്തലാലസ എന്നീ സ്വഭാവങ്ങൾ സാമാന്യമായുണ്ടെങ്കിൽ 'ആത്മവിദ്യ' എന്ന ഈ ഗ്രന്ഥം വീണ്ടും പുതിയ ശിഷ്യരെ വാർത്തെടുക്കുമെന്ന് ഞാൻ വിശ്വസിക്കുന്നു.

'ആത്മവിദ്യ' എന്ന കൃതിയുടെ ഈ രണ്ടാം പതിപ്പ് അവതരിപ്പിക്കപ്പെടുന്നതിന് പശ്ചാത്തലമായി അതിന്റെ രചയിതാവായ വാഗ്ഭടാനന്ദഗുരുവിനെ ഇന്നത്തെ കേരളത്തിന്റെ മുമ്പിൽ അവതരിപ്പിക്കേണ്ട കടമ എന്നിൽ സമർപ്പിതമായിരിക്കുന്നു. ഗുരുദേവന്റെ കഥ ഒരിക്കലും കേരളം വേണ്ടത്ര മനസ്സിലാക്കിയിട്ടില്ല. അഥവാ, സത്യം പറഞ്ഞാൽ. കേരളത്തെ അത് ധരിപ്പിക്കാൻ ആവശ്യമായ ശ്രമം ഇവിടെ ഒരിക്കലും വേണ്ടത്ര നടന്നിരുന്നില്ല. ഈ ശതാബ്ദത്തിന്റെ ആദ്യ ദശാബ്ദങ്ങളിൽ കേരളത്തിൽ വിശേഷിച്ച് അന്നത്തെ

മലബാറിൽ അദ്വൈതതത്വത്തിന്റെ ആചരണത്തിലൂടെ മാനസികാന്ധ്യങ്ങൾ അവസാനിപ്പിച്ച് കേരളത്തിന്റെ ആന്തരപരിഷ്കരണത്തിനുവേണ്ടി അവിശ്രമം പ്രയത്നിച്ച വാഗ്ഭടാനന്ദന്റെ ജീവിതം ഈ വിസ്മരണം അർഹിക്കുന്നില്ലതന്നെ. ശങ്കരനുശേഷം കേരളം കണ്ട കലർപ്പില്ലാത്ത അദ്വൈതത്തിന്റെ ഏറ്റവും പ്രഗത്ഭനായ ഈ സന്ദേശവാഹകനനെ വീണ്ടും കണ്ടുപിടിക്കുവാൻ കേരളം കടപ്പെട്ടിരിക്കുന്നു. ശാങ്കരവേദാന്തത്തിന് കേരളത്തിൽ അസങ്കരമായ അനുസ്യൂതിയുണ്ടെന്ന് തെളിയിക്കുന്ന ഒരാചാര്യനാണ് അദ്ദേഹം. ശങ്കരന്റെ തത്ത്വചിന്തയക്കു കേരളത്തിൽ ജ്വലിക്കുന്ന ഒരു വർത്തമാനകാലവും ഉണ്ടെന്നു ഇരുപതാം നൂറ്റാണ്ടിന്റെ പ്രഥമാർദ്ധത്തിൽ മലബാറിൽ വെച്ച് ഗുരുദേവൻ സ്ഥാപിക്കുകയുണ്ടായി.

വിശ്വദേശികനായ ശങ്കരന്റെ ജീവിതത്തോട് അടുത്ത സാധർമ്മ്യമുണ്ട് പൂർവ്വാശ്രമത്തിൽ കുഞ്ഞിക്കണ്ണനായിരുന്ന വാഗ്ഭടാനന്ദന്റെ ജീവിതത്തിന്. ശങ്കരന്റെ ജീവിതം പോലെ അത്ര ഹ്രസ്വമായിരുന്നില്ല അദ്ദേഹത്തിന്റെ ജീവിതം, എങ്കിലും അതത്ര ദീർഘമാണെന്നും പറയാൻവയ്യ. 1885ൽ തലശ്ശേരിക്കടുത്തുള്ള പാട്യം എന്ന പ്രദേശത്ത് ജനിച്ച ഗുരു 1940-ൽ ഇഹലോകവാസം വെടിഞ്ഞു. ഷഷ്ടിപൂർത്തിക്കും എത്രയോ മുമ്പുതന്നെ. ഉത്തരകേരളത്തിലെ അപ്രതിഭടപണ്ഡിതൻമാരായിരുന്ന എം.കെ. ഗുരുക്കൾ, പാരമ്പത്ത് രൈരുനായർ എന്നിവരുടെ സന്നിധിയിൽ നിന്ന് കുഞ്ഞിക്കണ്ണൻ തർക്കവും വ്യാകരണവും പഠിച്ചു. ഒരു ബാലപ്രതിഭാശാലിയായിരുന്ന കുഞ്ഞിക്കണ്ണൻ പുതുതായി പഠിക്കുകയല്ല പണ്ട് പഠിച്ചത് ഓർക്കുകയേ ചെയ്തുള്ളൂവെന്ന് അദ്ദേഹത്തിന്റെ അദ്ധ്യയനകാലത്തെപ്പറ്റി അറിവുള്ളവർ പറഞ്ഞുകേട്ടിട്ടുണ്ട്. ശ്രീനാരായണഗുരുപോലും ഇങ്ങനെ അഭിപ്രായപ്പെട്ടിരുന്നുവത്രേ. വിജ്ഞാനപാരമ്പര്യത്തിന്റെ വിശുദ്ധി തന്നിൽ പരിപാലിക്കുവാൻ ഈ ആചാര്യസംശ്രയം ശിഷ്യനെ വളരെ സഹായിച്ചു. 'പാരമ്പര്യം'. 'സമ്പ്രദായം' എന്നീ പദങ്ങൾ പ്രസ്ഥാനത്രയ ഭാഷ്യങ്ങളിൽ ശങ്കരാചാര്യർ ജ്ഞാനശുദ്ധിക്ക് ആസ്പദമായി എടുത്ത്പറയുന്നുണ്ട്. സമ്പ്രദായമറിയാത്തവർ എത്ര പഠിച്ചാലും മൂഢനാണെന്ന് ആചാര്യൻ ഭഗവദ്ഗീതയുടെയും കേനോപനിഷത്തിന്റെയും ഭാഷ്യങ്ങളിൽ പറയുന്നത് ശ്രദ്ധിക്കുക "അസമ്പ്രദായവിത് സർവ്വശാസ്ത്രവിദപി മൂർഖവവദുപേതക്ഷണീയഃ" (ഭ.ഗീ.ഭാഷ്യം) "ബ്രഹ്മ ചൈവമാചാര്യോപദേശപരമ്പരയൈവാധിഗന്തവ്യം" (കേ.ഉ. ഭാഷ്യം) തർക്കവ്യാകരണങ്ങൾ അറിയാതെബ്രഹ്മവിചാരത്തിലേയ്ക്ക്പുരോഗമിക്കാൻ ബുദ്ധിമുട്ടായിരിക്കുമെന്നും ശങ്കരന് അഭിസന്ധിയുണ്ട്. തൈത്തീരിയോപനിഷദ്ഭാഷ്യം ശങ്കരൻ

ആരംഭിക്കുന്നതുതന്നെ, ഈ വിഷയങ്ങൾ പഠിച്ചവരെ നമസ്കരിച്ചുകൊണ്ടാണെന്ന് ശ്രദ്ധിക്കുക.

*"യൈരിമേ ഗുരുഭിഃ പൂർവ്വം*
*പദവാക്യ പ്രമാണതഃ*
*വ്യാഖ്യാതാസ്സർഗ്ഗവേദാന്തഃ*
*താന്നിത്യം പ്രണതോസ്മ്യഹം"*

ഇപ്രകാരം ശുദ്ധമാർഗ്ഗത്തിലൂടെ സഞ്ചരിച്ചാണ് തപസ്സും അറിവും നേടിയ ആ യുവവേദാന്തി കേരളത്തിന്റെ ബുദ്ധിദുർഗ്ഗങ്ങളെ എഴുത്തും ഭാഷണവും ഉപദേശവും കൊണ്ട് പ്രകമ്പനം കൊള്ളിച്ചത്. ശങ്കരന്റെ മധുരഗംഭീരമായ സംസ്കൃതശൈലി മലയാളത്തിലെ ഗദ്യപദ്യത്തിലൂടെ മുഴക്കിക്കേൾപ്പിക്കുവാൻ അയാൾക്ക് കഴിഞ്ഞു. "ആയിരം പണ്ഡിതസദസ്സുകളെ പ്രണമിപ്പിച്ചുകൊണ്ട് ശങ്കരൻ ഭാരതദിഗ്വിജയം സാധിച്ചതുപോലെ, കേരളത്തിലങ്ങോളമിങ്ങോളം പ്രതിവാദി ഭീഷണനായി, അദ്ദേഹം 'വേദാന്തഡിണ്ഡിമം' (ശങ്കരന്റെ "ബ്രഹ്മജ്ഞാനാവിലമാല" നോക്കുക) മുഴക്കി, കുഞ്ഞിക്കണ്ണൻ ഗുരുക്കൻ വാഗ്ഭടാനന്ദനായത് ഈ ഘട്ടത്തിലാണ്. അദ്വൈതത്തിന്റെ അഖണ്ഡവൈഭവം ഒരിക്കൽ കൂടി അഭിനവശങ്കരനിലൂടെ കേരളം മനസ്സിലാക്കിയെന്ന് ചുരുക്കിപ്പറയട്ടെ. എന്നാൽ ആദിശങ്കരൻ അത്രതന്നെ പ്രകടിപ്പിക്കാതിരുന്ന സാഹിത്യശാസ്ത്രവഗാഹം വാഗ്ഭടൻ വേദാന്തപാണ്ഡിത്യം പോലെതന്നെ പല വാദപ്രതിവാദസന്ദർഭങ്ങളിലും പ്രകടിപ്പിച്ചിരുന്നു. സഞ്ജയൻ, കുട്ടികൃഷ്ണൻമാരാർ, മഹാകവി വള്ളത്തോൾ തുടങ്ങിയ വലിയ സാഹിത്യനായകൻമാർ പലപ്പോഴായി ഗുരുദേവരുടെ അഗാധവിദ്വത്തെ വാഴ്ത്തിപ്പറയുകയുണ്ടായി,

റോമൈൻ റോളണ്ട് പടിഞ്ഞാറുനിന്ന് കണ്ട പൂർവ്വദേശത്തിലെ അപൂർവ്വജ്യോതിസ്സുകൾ ഇന്ത്യയിൽ ഒരു നവോത്ഥാനം സൃഷ്ടിച്ചുകൊണ്ടിരുന്ന ഒരു കാലഘട്ടത്തിലാണ് ഈ യുവയോഗി 'ഉൽഫുല്ല ബാലരവിപോലെ' കേരളത്തിന്റെ നഭസ്സിൽ ഉദിച്ചുപൊങ്ങിയത്. രാജാറാം മോഹൻ റോയി, വിവേകാനന്ദൻ, ആനിബസന്റ്, ശ്രീനാരായണഗുരു, തുടങ്ങിയവരുടെ ആത്മീയപ്രബോധനങ്ങൾ ഇന്ത്യക്കാരെ അനാചാരങ്ങളുടെയും അന്ധവിശ്വാസങ്ങളുടെയും തടവറയിൽ നിന്നു ഉദ്ധരിക്കുകയും ആത്മമോക്ഷത്തിന്റെ മാർഗ്ഗത്തിലൂടെ കൈപിടിച്ച് നയിക്കുകയും ചെയ്യുന്ന കാലം. വാഗ്ഭടാനന്ദൻ കേരളത്തിൽ ശ്രീനാരായണന്റെയും ബ്രഹ്മനാന്ദസ്വാമി ശിവയോഗിയുടെയും പ്രസ്ഥാനങ്ങളെയും അന്ന് പ്രവർത്തിച്ചിരുന്ന ബ്രഹ്മസമാജം, ശ്രീരാമകൃഷ്ണമിഷൻ എന്നീ സംഘടനകളെയും അടുത്ത് മനസ്സിലാക്കിയതിന്നുശേഷമാണ് ആത്മവിദ്യാസംഘം എന്ന തന്റെ പുതിയ

ആത്മീയ സംഘടന തുടങ്ങിയത്. അസങ്കീർണ്ണവും അവ്യഭിചാര്യത വുമായ യഥാർത്ഥദ്വൈതം ആത്മശുദ്ധിയോടെ പ്രചരിപ്പിക്കുന്ന ഒരു സംഘം കേരളത്തിൽ അത്യാവശ്യമാണെന്ന് തോന്നിയതിലാണ് വാഗ്ഭടാനന്ദൻ ആത്മവിദ്യാസംഘം സ്ഥാപിച്ചത്. ആത്മവിദ്യ യാണ് ഭാരതീയരുടെ സംസ്കാരത്തിന്റെ അടിവേര്. ആത്മാവല്ലാതെ മറ്റൊന്നും കാണപ്പെടേണ്ടതോ കേൾക്കപ്പെടേണ്ടതോ ആലോചി ക്കപ്പെടേണ്ടതോ ധ്യാനിക്കപ്പെടേണ്ടതോ ആയിട്ടില്ലെന്ന് പ്രാചീ നഋഷികൾ ശങ്കയെന്യേഘോഷിക്കുകയുണ്ടായി. ആത്മാവിനെ സാക്ഷാത്കരിക്കുകയെന്നത് വിശിഷ്ടബുദ്ധിയുള്ള മനുഷ്യന്റെ പ്രകൃതിസിദ്ധമായ കടമയാണ്. ശങ്കരാചാര്യർ ഇതിനെ ബൃഹദാര ണഭാഷ്യത്തിൽ 'പരമാത്മവിദ്യ'യെന്നും 'ബ്രഹ്മവിദ്യ'യെന്നും വിളിച്ചു. ആചാര്യന്റെ 'സ്വാത്മനിരൂപണം' തുടങ്ങിയ പ്രകരണകൃതികളു 'ആത്മവിദ്യ' എന്ന പേർ തന്നെ കാണാം. വേദാന്തസൂത്രഭാഷ്യത്തിൽ ഇതിനെ 'ആത്മ തത്വവിദ്യ' എന്നു അൽപ്പമൊന്ന് വികസിപ്പിച്ച് ഉപയോഗിച്ചിരിക്കുന്നു. ജീവിതത്തിലെ എല്ലാ അനർത്ഥങ്ങൾക്കും കാരണമായ അജ്ഞാനത്തെ ഇല്ലാതാക്കി ആത്മാവിന്റെ ഏകത്വ ത്തെ സാധിക്കുന്നതിനാണ് എല്ലാ ഉപനിഷത്തുകളും ഉദ്യമിക്കുന്നത് എന്ന ശപഥത്തോടെയാണല്ലോ സൂത്രഭാഷ്യത്തിന്റെ തുടക്കം തന്നെ.

ഗുരുവും അദ്ദേഹത്തിന്റെ ശിഷ്യൻമാരും ആത്മവിദ്യയുടെ ശബ്ദം സംഘത്തിന്റെ പ്രവർത്തനങ്ങളിലൂടെ പ്രചരിപ്പിക്കുന്നതിൽ വളരെ വിജയിച്ചു. മലബാറിലും കൊച്ചിയിലും തിരുവിതാംകൂറിലും ഗുരുദേ വന്ന് അത്യുന്നതരായ ശിഷ്യരും സംഘത്തിന്ന് സജീവങ്ങളായ ശാഖകളും അക്കാലത്തുണ്ടായിരുന്നു. സംഘത്തിന്റെ ആദ്യഗ്രന്ഥമെ ന്ന നിലക്ക് അദ്ദേഹം 1925-ൽ 'ആത്മവിദ്യ' എന്ന ഈ മഹത്തായ കൃതി പ്രസിദ്ധീകരിച്ചു. അദ്വൈതത്തിന്റെ കാതൽ എന്തെന്ന് നിശ്ശങ്ക പ്രസന്നമായി പഠിച്ചറിയണമെന്നുള്ളവർ ഈ പുസ്തകം വായിച്ചാൽ മതി. അതിലെ പ്രഥമോപന്യാസം മാത്രം നോക്കിയാൽ മതി. മതസൗഹാർദ്ദത്തിനും വിശ്വസാഹോദര്യത്തിനും വേണ്ടി രചിക്ക പ്പെട്ട കൃതിയാണ് അതെന്ന് മുഖവുരയിൽ ഗുരുദേവൻ പ്രസ്താവിക്കു ന്നു. ഗ്രന്ഥകാരനെ "വിശ്വവാഗ്മിയും പ്രസിദ്ധഗദ്യകാരനും" എന്ന് വിശേഷിപ്പിച്ചുകൊണ്ട് അവതാരികാകാരനായ ഒയ്യാരത്ത് കുഞ്ഞി രാമമേനോൻ 'ആത്മവിദ്യ' എന്ന ഗ്രന്ഥം 'അന്ധതയിൽ ഉഴലുന്ന ജനനതിയ്ക്ക് ഒരു വിജ്ഞാന പ്രദീപവും സത്യം, സമത്വം, സ്വാതന്ത്ര്യം, സാഹോദര്യം എന്നിവ സിദ്ധിക്കുന്നതിന്നുള്ള ഗതിയിൽ ഒരു ഉത്തമ മാർഗ്ഗദർശിയും" ആയിത്തീരട്ടെ എന്ന് പ്രത്യാശിച്ചു. ഗ്രന്ഥം വായിച്ച വർക്കേ അത് സാധാരണ വേദാന്തഗ്രന്ഥങ്ങളിൽ നിന്ന് എത്രമാത്രം

വ്യത്യസ്തമാണെന്ന് മനസ്സിലാവുകയുള്ളൂ. ഒരു വിവേകാനന്ദന്റെ ആദർശോജ്വലതയും ഒരു രാധാകൃഷ്ണന്റെ പ്രതിപാദനപടുത്വവും ഒരു തിലകന്റെ പാണ്ഡിത്യയുക്തികളും കലർന്ന ഒരു ശൈലി അര നൂറ്റാണ്ടുമുമ്പുതന്നെ മലയാളത്തിൽ സൃഷ്ടിക്കുവാൻ കഴിഞ്ഞതിന്റെ തെളിവാണ് 'ആത്മവിദ്യ'. നിർഭാഗ്യമെന്ന് പറയണം, അതിന്റെ ഒന്നാം ഭാഗമേ നമുക്കു കിട്ടിയിട്ടുള്ളൂ. അതിന്റെ എത്ര ഭാഗങ്ങൾ ആ വലിയ മനസ്സിൽ ഒളിഞ്ഞുകിടന്നിരുന്നില്ല.! കിട്ടിയതിന്റെ ശ്രേഷ്ഠത കിട്ടാത്തതിന്റെ വേദനയെ വർദ്ധിപ്പിക്കുന്നു. പന്ത്രണ്ട് ഉപന്യാസങ്ങൾ അടങ്ങിയ ഈ പുസ്തകത്തിൽ ആദ്യത്തെ അഞ്ചെണ്ണം പഠിച്ചാൽ വേദാന്തരഹസ്യം ഹൃദിസ്ഥമാകും. മറ്റുപന്യാസങ്ങൾ സദാചാരോപദേശകങ്ങളും അന്ധവിശ്വാസനിരാസകങ്ങളുമാണ്. ശരീരത്തിനും മനസ്സിനും അപ്പുറത്ത് പ്രകാശിക്കുന്ന ഏകവും ആനന്ദ സ്വരൂപവുമായ ആത്മചൈതന്യത്തെ എങ്ങിനെ പ്രാപിക്കണമെന്നും എങ്ങിനെയായാൽ പ്രാപിക്കാൻ പറ്റാതെ വരാമെന്നും, വായനക്കാരനെ അസ്തസംശയനാക്കുന്ന പ്രസന്നോദാരരീതിയിൽ വാഗ്ഭടൻ എഴുതിപ്പോകുന്നത് വായിക്കേണ്ടതാണ്. ഇന്ന് മറ്റു ഗ്രന്ഥങ്ങളിൽ നിന്നു കിട്ടാനിടയില്ലാത്ത ഒരനുഭൂതിയായിരിക്കും അതുണ്ടാക്കുന്നത്. പണ്ഡിതനെപ്പോലെ പാമരനും മുമുക്ഷുവെന്നതുപോലെ ലൗകികനും ഈ പ്രബന്ധങ്ങൾ ഇഷ്ടപ്പെടും. സുവിസ്തൃതമായ വേദാന്തസാഗരം ഒരു കൊച്ചുതോണിയിലൂടെ കടക്കാൻ കഴിഞ്ഞ ഒരു സാഹസികന്റെ ആഹ്ലാദം ഈ കൃതി വായിച്ചുതീർന്നാൽ നിങ്ങൾക്ക് അനുഭവപ്പെടും. അദ്ദേഹത്തിന്റെ ഉദ്ധരണങ്ങൾ ആർഷസത്യത്തിന്റെ സകല സീമകളെയും നമുക്ക് പരിചയപ്പെടുത്തിത്തരുന്നു; വേദങ്ങളുടെയും ഉപനിഷത്തുകളുടെയും ഗീതയുടെയും ബ്രഹ്മസൂത്രത്തിന്റെയും മധുര പ്രതിദ്ധ്വനികൾ അതിൽ ഉടനീളം മുഴങ്ങിക്കേൾക്കാം. സുരേശ്വരാചാര്യന്റെ 'നൈഷ്കർമ്മ്യസിദ്ധി'യും ശങ്കരാനന്ദന്റെ 'ആത്മപുരാണ'വും വിദ്യാരണ്യന്റെ 'പഞ്ചദശി' യും സദാനന്ദന്റെ 'വേദാന്തസാര' വും ചിൽസുഖന്റെ 'തത്വപ്രദീപിക'യും ഹേമചന്ദ്രാചാര്യന്റെ 'യോഗശാസ്ത്ര' വും സർവ്വോപരി ശങ്കരഭഗവൽപാദരുടെ ഭാഷ്യങ്ങളും പ്രകരണങ്ങളും നിങ്ങളോട് കരുണയോടെ പുഞ്ചിരികൊള്ളുന്ന ഒരേയൊരു പുണ്യവേദിയാണ് 'ആത്മവിദ്യ' എന്ന ഈ ഗ്രന്ഥം.

അദ്വൈതത്തിന്റെ മഹാസന്ദേശം ഉൾക്കൊള്ളാൻ കഴിഞ്ഞാൽ ഒരു പുതിയ ലോകം ഉടലെടുക്കുമെന്ന് ഗുരുദേവൻ വിശ്വസിച്ചു. പുതിയ മനുഷ്യനേ പുതിയ ലോകം ഉണ്ടാക്കാൻ കഴിയുകയുള്ളൂ. പുതിയ വിചാരവും പുതിയ അനുഭൂതിയും പുതിയ അഭിലാഷവും നിറഞ്ഞവനേ പുതിയ മനുഷ്യനാകാനും കഴിയുകയുള്ളൂ. അത്തരമൊരു പുതു

മനുഷ്യന്റെ പുതുലോകത്തിന്നുവേണ്ടി അദ്ദേഹം സദാ ത്വരിച്ചുകൊണ്ടിരുന്നു. അങ്ങനെ 1921-ൽ അദ്ദേഹം ഒരു പത്രം തുടങ്ങി. അതിന്റെ പേർ 'അഭിനവകേരളം' എന്നായിരുന്നു. അതിന്റെ മുഖ്യസന്ദേശം ഇതായിരുന്നു.

*"ഉണരുവിൻ, അഖിലേശനെ സ്മരിപ്പിൻ*
*ക്ഷണമെഴുനേൽപ്പിൻ, അനീതിയോടെതിർപ്പിൻ'*

വാഗ്ഭടാനന്ദൻ എന്തുതരം മനുഷ്യനായിരുന്നുവെന്ന്, ഈ പദ്യം മതി, നമ്മെ ധരിപ്പിക്കാൻ. കഠശ്രുതിയിലെ 'ഉത്തിഷ്ഠ ജാഗ്രത പ്രാപ്യ വരാന്നിബോധത' എന്ന സൂക്തം അനീതികലർന്ന ഇരുപതാം നൂറ്റാണ്ടിൽ പുനരവതാരം കൊണ്ടതാണ് ആ മുഖസന്ദേശം. ലോകത്തിന്റെ അനുഗ്രഹമായ ആർഷധർമ്മത്തെ പരിഹാസപാത്രമാക്കിത്തീർത്ത അനാചാരാന്ധവിശ്വാസക്കുമ്പാരങ്ങളെ 'ജ്ഞാനാഗ്നി കൊണ്ട് ഭസ്മ സാൽക്കരിക്കുവാൻ' ഗുരുദേവൻ എന്നും മുമ്പോട്ട് കുതിച്ചുകൊണ്ടേയിരുന്നു. 1931 ൽ ഗുരുവായൂർ സത്യാഗ്രഹകാലത്ത് സനാതനികളായ ബ്രാഹ്മണർ മഹാത്മാഗാന്ധിയുടെ പ്രസ്ഥാനത്തെ എതിർത്തപ്പോൾ അവരുടെ ക്ഷുദ്രവാദങ്ങളെ കാറ്റിൽ പറത്തുവാൻ വാഗ്ഭടാനന്ദന്റെ മഹത്തായ പാണ്ഡിത്യവിലാസം മുമ്പോട്ടുവന്നു. അതിന്റെ ഫലമാണ് 'ഗാന്ധിജിയും ശാസ്ത്രവ്യാഖ്യാന'വും എന്ന കൃതി (ശിഷ്യനായ ശ്രീ. എം.ടി. കുമാരന്റെ പ്രസതാവനയോടുകൂടി ഇത് തത്ത്വപ്രകാശികാശ്രമത്തിൽ നിന്ന് 1956ൽ പ്രസിദ്ധീകരിച്ചു.) ഗാന്ധിജി ഉന്നയിച്ച പത്ത് ചോദ്യങ്ങൾക്കുത്തരമായി പുൽപ്പാക്കര ദാമോദരൻ നമ്പൂതിരി എന്നൊരാൾ ഗാന്ധിജിയെ അധിക്ഷേപിച്ചതിനുള്ള ശാസ്ത്രാനുസൃതമായ സമാധാനമാണ് ഈ ചെറുപുസ്തകം. 'ഭഗവൽഗീതയെ' ക്കുറിച്ചുള്ള വിപുലമായ ഒരു പഠനം അടങ്ങിയ 'ആത്മവിദ്യാലേഖമാല' 1932ൽ പുറത്തുവന്നു.

ഈ അദ്വൈതാചാര്യന്റെ ഉള്ളിൽ തെളിഞ്ഞിരിക്കുന്ന കവിഹൃദയം കാണണമെങ്കിൽ അദ്ദേഹത്തിന്റെ 'പ്രാർത്ഥനാഞ്ജലി' തന്നെ വായിക്കണം. കവി ഋഷിയായാലുള്ള അനുഭവവിശേഷം അതിലെ പദ്യങ്ങൾ സ്ഫുരിപ്പിക്കുന്നു.

*'ഹൃദയ പങ്കജം വികസിപ്പിക്കുന്ന*
*സദയദൈവമേ നമസ്കാരം'*

എന്ന ഈരടി കുഞ്ഞുങ്ങൾക്ക് പ്രാർത്ഥിക്കാനുള്ളതാണ്. ആ 'ഹൃദയപങ്കജം' കുഞ്ഞുങ്ങൾക്ക് മനസ്സിലാവും, മുതിർന്നവർക്ക് മനസ്സിലാവാൻ വളരെ ചിന്തിക്കേണ്ടിയും വരാം. ഇതോടൊപ്പം ഭാവനാമാധുര്യം കൊണ്ട് ഹൃദ്യമെങ്കിലും ചിന്താഗാംഭീര്യം കൊണ്ട് വീണ്ടും വീണ്ടും പഠിക്കേണ്ടതായ പദ്യങ്ങളും അതിലുണ്ട്.

*"പൊങ്ങീടാൻ ചിറകില്ല, തെല്ല പഴുതി-*
*ല്ലെങ്ങും സ്വയം താഴുവാ-*
*നിങ്ങീടാർന്നൊരു ഭിത്തിയാൽ ചുഴലവും*
*പോകാവതല്ലി,ങ്ങനെ*
*തങ്ങീടുന്നൊരു ഞങ്ങളങ്ങനെ മഹം കാ-*
*ണുന്നു ഹേ സദ്ഗുരോ!*
*മങ്ങീടാതെ തുണയ്ക്ക നാഥ! കരുണാ-*
*മൂർത്തേ! നമസ്തേ വിഭോ!"*

അദ്വൈതം നിർഗുണോപാസനയില്ലാതെ ആദരിക്കുന്നില്ലെന്നും സാകാരാധനയും ബിംബപൂജയും അദ്വൈതത്തിൽ നിന്നുള്ള വീഴ്ചകളാണെന്നും ഈ മഹാനായ അദ്വൈതി വിശ്വസിച്ചു. വിശ്വസിക്കുക മാത്രമല്ല ശ്രുത്യുക്ത്യനുഭവപ്രമാണങ്ങളെക്കൊണ്ട് മറ്റുള്ളവരെ അത് വിശ്വസിപ്പിക്കുവാനും അദ്ദേഹത്തിന് നിഷ്പ്രയാസം സാധിച്ചു. ബിംബാരാധനയോട് ചേർന്നു കൊണ്ട് കേരളത്തിലെ ക്ഷേത്രങ്ങളിലും കാവുകളിലും അമ്പലങ്ങളിലും നടന്നുവന്നിരുന്ന നീചങ്ങളായ അനാചാരങ്ങളെ അദ്ദേഹം ഏകനായി എതിർത്ത കഥ കഴിഞ്ഞ കാലഘട്ടത്തിലെ രോമാഞ്ചകരമായ ഒരു അദ്ധ്യായത്തിന്റെ ഭാഗമാണ്.

ഈ അദ്ധ്യായം നമ്മുടെ പഴയ ചരിത്രകാരൻമാർ അധികം ശ്രദ്ധിച്ചിട്ടില്ല. ഇന്ന് ഈ അവസ്ഥ കുറേശ്ശ മാറിവരുന്നുണ്ട്. നമ്മുടെ സമുദായം ആചാരവിശ്വാസങ്ങളിൽ സുപരിഷ്കൃതരായി ത്തീരുവാൻ ഹേതുഭൂതമായ ശക്തികളെ പുതിയ ചരിത്രകാരൻമാർ പതുക്കെ കണ്ട് വിലയിരുത്തുവാൻ തുടങ്ങിക്കഴിഞ്ഞിട്ടുമുണ്ട്. കേരള ഹിസ്റ്ററി അസോസിയേഷൻ അടുത്ത കാലത്ത് പ്രസിദ്ധീകരിച്ച രണ്ട് ചരിത്രഗ്രന്ഥങ്ങളിൽ ആധുനികകേരളത്തെ സൃഷ്ടിക്കുവാൻ വാഗ്ഭടാനന്ദൻ ചെയ്തുത് സേവനങ്ങളെക്കുറിച്ചുള്ള പഠനങ്ങൾ കാണാം. 'കേരളചരിത്രം' (അധ്യായം 18, 24), കേരളത്തിന്റെ സാംസ്കാരിക ചരിത്രം; (അധ്യായം 9) എന്നിവ നോക്കുക. ഇം.എം. ശങ്കരൻ നമ്പൂതിരിപ്പാടും 'കേരളം മലയാളിയുടെ മാതൃഭൂമി' എന്ന പുസ്തകത്തിൽ വാഗ്ഭടാനന്ദനെ കൃതജ്ഞതയോടെ അനുസ്മരിക്കുന്നുണ്ട്.

ഈ പുതിയ ജിജ്ഞാസയുടെ തിരമാലയ്ക്ക് മുകളിലാണ് നാമിപ്പോൾ. ഒരു വാഗ്ഭടാനന്ദനവോത്ഥാനം മെല്ലെമെല്ലെ രൂപപ്പെട്ടുവരുന്നുണ്ടെന്ന് തോന്നുന്നു. അതിന്നു സഹായകമാകാതിരിക്കില്ല 'ആത്മവിദ്യ'യുടെ ഈ പുതിയ പ്രകാശനം. ഇതിന്റെ കോപ്പികൾ ഇന്നു കേരളത്തിൽ ഏറെപ്പേരുടെ കൈകളിൽ കാണാനിടയില്ല. ബ്രിട്ടീഷ് മ്യൂസിയം ലൈബ്രറിയിൽ ഒരു പ്രതി ഉണ്ടത്രെ. അത് വായിക്കാൻ ബ്രിട്ടീഷ് മ്യൂസിയത്തിന്റെ സഹായം

തേടേണ്ടിയിരിക്കുന്ന സ്ഥിതി കഷ്ടമല്ലേ? കഷ്ടാൽകഷ്ടതരമാണ് ഈ സ്ഥിതിയെന്ന് ആത്മവിദ്യാസംഘം പ്രവർത്തകർക്ക് ബോധമുണ്ടായിരുന്നെന്ന് നേരിട്ടറിയുന്നവനാണ് ഈ ലേഖകൻ. ഗുരുദേവന്റെ മറ്റെല്ലാ കൃതികളും ഇതുപോലെ പുനഃപ്രസാധനസന്ദർഭം അതിക്രമിച്ചുകിടക്കുന്നവയാണ്. അവയും ക്രമേണ നമുക്ക് കിട്ടാതിരിക്കില്ലെന്ന ശുഭാപ്തിവിശ്വാസത്തെ വളർത്തുന്ന ഈ പ്രസിദ്ധീകരണത്തെ സസന്തോഷം സ്വാഗതം ചെയ്യുന്നതോടൊപ്പം, ഇതിനെ ഇങ്ങനെ സാധിപ്പിച്ചെടുത്ത സംഘത്തിന്റെ പുതിയ ഭാരവാഹികളെ ഞാൻ അഭിനന്ദിക്കുകയും ചെയ്തുകൊള്ളുന്നു.

•

# വിജ്ഞാന പ്രദീപത്തെ തെളിച്ചുയർത്തിപ്പിടിച്ച മഹാപുരുഷൻ

പി.കെ. പരമേശ്വരൻ പിള്ള

മലർന്ന മലരുകളിൽ സ്വച്ഛന്ദം വിഹരിച്ചു മധുരമധു സേവിച്ചു മയങ്ങുന്ന മക്ഷികാവൃദ്ധങ്ങളോട് മകരന്ദമാഹാത്മ്യത്തെക്കുറിച്ചു പ്രശംസിക്കേണ്ടതുണ്ടോ? പൂന്തിങ്കൾക്കുളിരൊളികളിൽ കളിച്ചും കുളിച്ചും രസിച്ചും മദിച്ചും കഴിഞ്ഞുകൂടുന്ന ചകോരങ്ങളോട്, ശീതകിരണത്തിന്റെ ശീതളിമ തുടങ്ങിയ ഗുണഗണങ്ങളെപ്പറ്റി പ്രസംഗിക്കേണ്ടതുണ്ടോ? എന്നും മറ്റുമാണ് "ആത്മവിദ്യാലേഖമാല"യ്ക്കൊരാവതാരികയെഴുതണമെന്നു പ്രകൃതഗ്രന്ഥത്തിന്റെ പ്രസിദ്ധകൻ എന്നോടാവശ്യപ്പെട്ടപ്പോൾ എന്റെ ഉള്ളിൽ തള്ളിക്കയറിയ ചില ചോദ്യങ്ങൾ! ആസ്വാദ്യങ്ങളായ ആശയങ്ങൾ, ആദരണീയങ്ങളായ തത്വങ്ങൾ ആർഷങ്ങളായ ആദർശങ്ങൾ, ആശ്ചര്യാവഹങ്ങളായ വിമർശനങ്ങൾ എന്നിവയെ സൗജന്യപൂർവ്വം ഉപന്യസിച്ചു പ്രകാശിപ്പിച്ചുകൊണ്ട് ഇന്നത്തെ സാഹിത്യനഭസ്സിൽ ഒരു അക്ഷയഭാസ്സായി പ്രശോഭിച്ചുകൊണ്ടിരിക്കുന്ന ബ്രഹ്മശ്രീ വാഗ്ഭടാനന്ദ ഗുരുദേവരാവർകളാണ് പ്രസ്തുത പുസ്തകത്തിന്റെ നിർമ്മാതാവെന്നു പ്രസ്താവിക്കുന്നതോടുകൂടിത്തന്നെ ഇതിന്റെ അവതാരിക അവസാനിപ്പിക്കാവുന്നതാണ്. ഇതിലടങ്ങിയിരിക്കുന്ന 'മനുഷ്യന്റെ കടമ', 'പരിത്യാഗം', 'ദുർവ്വാസനയെ ദൂരീകരിക്കുക' 'ദുർവ്വാസന നീങ്ങട്ടെ', 'ഗുണമേ! വിജയിച്ചാലും', 'ദുർവാസനാ ദൂരീകരണത്തിന്റെ ആവശ്യകത', 'വിശ്വകടാഹത്തിൽ ആശ്വാസരസം നിറയ്ക്കുക', 'മനുഷ്യൻ ഉയരട്ടെ' 'പരിഷ്ക്കാരം', 'മനുഷ്യർ മനുഷ്യരാവുക'., 'സ്വാതന്ത്ര്യം സമ്പാദിക്കുക', 'കർമ്മം', 'ഭഗവദ്ഗീത', 'ധർമ്മം' എന്നു ലേഖങ്ങൾ 'കാഹളം', 'മാതൃഭൂമി' എന്നീ പത്രങ്ങൾ മുഖേന ഇതിനു മുമ്പുതന്നെ പ്രസിദ്ധീകൃതങ്ങളായിട്ടുള്ളവയാണ്. ഈ ലേഖമാലയുടെ

അവതാരകത്വം പ്രകൃതപത്രങ്ങൾ സവിശേഷം നിർവ്വഹിച്ചിരിക്കെ ഇത്തരമൊരവതാരികയുടെ ആവശ്യമെന്തെന്നു ചോദിക്കുന്നുവെങ്കിൽ ഇപ്പുസ്തകത്തിന്റെ പാരായണത്തിൽനിന്നു എനിക്കുണ്ടാകുന്ന സമാഹ്ളാദത്തിന്റെ സ്വല്പമായ ഒരു ഭാഗമെങ്കിലും ഇതുവഴി വെളിപ്പെടുത്തിസ്വയം കൃതാർത്ഥത നേടാമോ എന്നൊന്നു നോക്കാമെന്ന സ്വാർത്ഥ പ്രസക്തി മാത്രമാണ് ഇതിലെനിക്കൊരു പ്രേരകമായി സ്ഥിതിചെയ്യുന്നതെന്നാകുന്നു എന്റെ മറുപടി

'ലോകം ഭിന്നരുചിയാകുന്നു' എന്ന സാക്ഷാൽ മഹാകവിയുടെ വാക്യം രുചിയുള്ളതായിട്ടുതന്നെയാണ് എന്നും അനുഭവപ്പെടുന്നത്. സല്ലക്ഷണസംയുക്തങ്ങളായ സാധനങ്ങളെയൊ സ്ഥാനമാനാദികളെയൊ സംപാദിക്കുകയെന്നതു ഏറ്റവും ദുസ്സാധം! മടിയനായ മനുഷ്യർ സ്വല്പവിദ്യകൊണ്ടു തൃപ്തിപ്പെടുകയും തന്റെ ആ തൃപ്തിയെ സമർത്ഥിക്കുന്നതിനും പഠിപ്പില്ലാത്തവനെന്നോ മറ്റൊ ഉള്ള ഇതരന്മാരുടെ അധിക്ഷേപവർഷങ്ങളെ തടയുന്നതിനും വേണ്ടി സർവ്വസമ്മതന്മാരായ മഹാത്മാക്കളെ പുച്ഛിച്ച വിജയപ്പെരുമ്പറയടിച്ച നട്ടെല്ലലൊടിയെ ഞെളിയുകയും പാവങ്ങളെ ദുർമ്മാർഗ്ഗചാരികളാക്കാൻ വിശ്രമസ്പർശമെന്യെ പരിശ്രമിക്കുകയും ചെയ്യുന്നു. ഉത്തമജീവിതം സമ്പാദിക്കുകയെന്നത് അസാധ്യമെന്നു തീരുമാനിക്കുന്ന ഒരുവന്ന് സ്വജീവിതം അധമമാക്കുവാൻ അല്പനിമിഷങ്ങളേ വ്യയം ചെയ്യേണ്ടതുള്ളൂ. അധികം കായക്ലേശമോ മനഃക്ലേശമോ അനുഭവിക്കുവാനിടയാക്കാത്ത സംഗതികളിൽ പ്രവേശിക്കാൻ മടിയന്മാർക്ക് ബഹുസന്തോഷമാണ്. തന്നിമിത്തം ലോകത്തിൽ അങ്ങിങ്ങ് അധർമ്മം വ്യാപിക്കുകയും മനുഷ്യത്വം മാറിമറിയുകയും ചെയ്തുകഴിഞ്ഞു. ഏഷണി, പരദൂഷണം, ദുരാശ മുതലായവയെക്കൊണ്ടുതന്നെ ദിനരാത്രങ്ങൾ കഴിച്ചുകൂട്ടുന്നവർ, സ്വന്തം സഹോദരങ്ങളെയെന്നല്ല കളത്രമിത്രാദികളെയെന്നുമല്ല പൊതുജനങ്ങളെ ഒട്ടാകെത്തന്നെയും വിസ്മരിച്ച വെറും രാക്ഷസ പ്രകൃതികളാകാൻ ശ്രമിക്കുന്നതു കാണുമ്പോൾ സ്വധർമ്മജ്ഞാനശൂന്യമായ ലോകം ഏതൊരു ഗാധഗർത്തത്തിലേക്കാണ് ചരിഞ്ഞുകിടക്കുന്നതെന്നറിയാൻ പ്രയാസമുണ്ടോ? തങ്ങൾ നിരജ്ഞരരാണെന്നും തങ്ങൾക്കു മാത്രമെ ധനമാനാദികൾ പാടുള്ളവെന്നും ഇതരന്മാർ കേവലം അധഃകൃതരും തങ്ങളുടെ സുഖസൗകര്യങ്ങൾക്കു വേണ്ടിമാത്രം ജീവിക്കുന്നവരും ആണെന്നും സ്വാതന്ത്ര്യമെന്നതു അവക്ക് സ്വപ്നത്തിൽപോലും സ്മരിക്കാൻ പാടില്ലാത്ത ഒന്നാണെന്നും വിശ്വസിച്ച്, സമത്വസാഹോദര്യാദികളെന്നാലെന്താണെന്നുതന്നെ അറിയാതെ, മഹത്വമേറിയ മനുഷ്യത്വത്തെ അധർമ്മദേവവതയ്ക്ക് ബലിയർപ്പിക്കുന്നവർ നിരവധിയുണ്ട്. അജ്ഞതയാകുന്ന കൂരിരുട്ടും

അസൂയയാകുന്ന കാർമേഘവും അധിക്ഷേപമാകുന്ന വൻമാരിയും നിരീശ്വരത്വമാകുന്ന കൊടുങ്കാറ്റും കൊണ്ടു ജനതതി ദിക്കറിയാതെ വിഷമിക്കുമ്പോൾ, ലോകമെങ്ങും നിന്നെ യാതൊരു എതിർശക്തി കൾക്കും സ്മരിക്കുവാൻപോലും കഴിയാത്ത വിജ്ഞാനപ്രദീപത്തെ തെളിയിച്ചുയർത്തിപ്പിടിക്കുന്ന മഹാപുരുഷന്മാർ-'ഉണരുവിനഖിലേ ശനെ സ്മരിപ്പിൻ ക്ഷണമെഴുനേല്പിനനീതിയോടെതിർപ്പിൻ' എന്നു പാടി സർവ്വത്ര പാഞ്ഞെത്തുന്ന ധർമ്മോദ്ധാരകന്മാർ - സ്വാർത്ഥോ ദ്ദേശത്തീണ്ടലില്ലേല്ക്കാത്ത ത്യാഗൈകദ്രവിണന്മാർ അവതീർണ്ണരാ കേണ്ടതു ആവശ്യം തന്നെയാണല്ലോ.

ലോകക്ഷേമാർത്ഥം മഹാത്മാക്കൾ ചെയ്യുന്ന കൃത്യങ്ങൾ ബഹു വിധങ്ങളാണ്, അത്യുന്നതമായ ഒരു സ്ഥാനത്തിരുന്നു വേണ്ടപ്പെട്ട ഉപദേശങ്ങൾക്കൊണ്ടു ഒരു മഹാൻ ജനതയെ സന്മാർഗത്തിലേക്ക് നയിക്കുന്നുവെങ്കിൽ മറ്റൊരു മഹാൻ ജനതതിയുടെ ഇടയിൽ സ്വ ച്ഛന്ദം സഞ്ചരിച്ചു ദുരാചാരങ്ങളെ ചൂണ്ടിക്കാണിച്ചും അധർമ്മങ്ങളെ അധിക്ഷേപിച്ചും സഹജീവികളെ ദുർമ്മാർഗ്ഗത്തിൽ നിന്നും പിന്തി രിക്കുന്നു. കഥനിർമ്മാണദ്വാര ഒരു മഹാൻ സന്മാർഗ്ഗതത്വങ്ങളെ ആദേശിക്കുന്നുവെങ്കിൽ മറ്റൊരു മഹാൻ വസ്തുസ്ഥിതികളുടെ ഗുണാ ഗുണങ്ങളെ നേരെത്തന്നെ നിരൂപണങ്ങൾ ചെയ്തു ജനാവലിയെ ഉണർത്തുന്നു. ഇങ്ങനെ നോക്കുമ്പോൾ ലോകോപകാരാർത്ഥം മഹാപുരുഷന്മാർ ചെയ്തിട്ടുള്ളതും ചെയ്യുന്നതുമായ സഹായ സഹക രണങ്ങൾ അനല്പങ്ങളും ബഹുമുഖങ്ങളുമാണെന്നു കാണാം. ഈ പുസ്തകത്തിലെ പ്രതിപാദ്യവസ്തുക്കളിൽ ഒരു വിഹഗവീക്ഷണമെങ്കി ലും നടത്തുന്നുവെങ്കിൽ മുൻപറയപ്പെട്ടവ പരമാർത്ഥങ്ങളെന്നു വെളി പ്പെടുന്നതുമാണ്. ലക്ഷോപലക്ഷം ജീവികളിൽ വെച്ചു മനുഷ്യനുള്ള അത്യുത്തമസ്ഥാനത്തെ കാര്യകാരണസഹിതം വെളിപ്പെടുത്തുകയും ത്യാഗം, കർമ്മം, ധർമ്മം മുതലായവയുടെ രഹസ്യങ്ങളെന്തെന്നു പഠിപ്പിക്കുകയും മനുഷ്യൻ സമചിത്തനും സർവ്വേശ്വരചിന്തകനും ആയിരിക്കേണ്ടതിന്റെ ആവശ്യകതയെ ചൂണ്ടിക്കാണിക്കുകയും ചെയ്തുകൊണ്ട് വായനക്കാരുടെ ഹൃദയകമലങ്ങളെ അത്ഭുതകര മാം വണ്ണം ആകർഷിച്ചു. ജടാമകുട വല്ക്കല മാല്യാദികൾ ധരിച്ചും ലോകപ്രശാന്ത്യർത്ഥം വള്ളിക്കുടിലുകളിൽ ധ്യാനിച്ചും നിശ്ചഞ്ചലം വിശ്രമിക്കുന്ന വിശ്വോത്തരഗുണോത്തരന്മാരായ മഹർഷീശ്വര ന്മാരുടേയും മേഘം ചുംബിക്കുന്ന മണിമാളികകളിൽ സകലവിധ സുഖസൗകര്യങ്ങളോടുകൂടി വിഹരിക്കുന്ന പൗരാണിക മഹാപുരു ഷന്മാരുടെയും തിരുമുമ്പിൽ എത്തിച്ചു സാഷ്ടാംഗം നമസ്ക്കരിപ്പിച്ചു പരിപൂർണ്ണസ്വാതന്ത്ര്യനഭസ്സിലേക്കു തട്ടിത്തലോടി ഉയർത്തുന്ന

ഗുരുദേവരുടെ ധാർമ്മികവ്യവസായത്തിൽ ഏതൊരു ധർമ്മപ്രണയി സന്തോഷിക്കയില്ലേ? സകല മതങ്ങളേയും മാനിച്ചും എല്ലാ മതങ്ങളിലുമുള്ള ധാർമ്മികവശങ്ങളിൽ ഐക്യം കാണിച്ചും പൊതുക്ഷേമം പ്രതീക്ഷിക്കുന്ന ഗുരുദേവരുടെ ഇത്തരം സംരംഭത്തിന്നു ആരാണ് മംഗളം ആശംസിക്കാതിരിക്കുക? കായക്ലേശങ്ങളെ കേവലം വില വെക്കാതെ പലതരത്തിലുള്ള അന്ധവിശ്വാസച്ചാമ്പലാൽ മൂടപ്പെട്ട ഭാരതീയ ദിവ്യതേജസ്സങ്കേതത്തെ നിരന്തരവും സുപ്രസന്നവുമായ പ്രസംഗഭസ്ത്രികാപ്രയോഗത്താൽ ഉജ്വലിപ്പിച്ച് ലോകമൊട്ടാകെ പ്രകാശിപ്പിക്കുന്നതിന്നായി പരിശ്രമിക്കുന്നതിന്നിടയിൽ ഇത്തരം വിലയേറിയ ലേഖോപഹാരങ്ങൾക്കൊണ്ട് പത്രലോകത്തെ സമ്മാനിപ്പാനൊരുങ്ങിനിൽക്കുന്ന ആ ഉദാരമനഃസ്ഥിതിയേ ആരാണ് ബഹുമാനിക്കാതിരിക്കുക? ലോകോപകാരപ്രദങ്ങളായ ഈദൃശ ലേഖങ്ങളെ തെരഞ്ഞെടുത്തു ഒരു പുസ്തകമാക്കി പ്രസിദ്ധപ്പെടുത്തണമെന്നുള്ള പല സഹൃദയന്മാരുടേയും അപേക്ഷയെ ശിരസാവഹിക്കുകയും ആ കൃത്യം ഭംഗിയാംവണ്ണം നിറവേറ്റുകയും ചെയ്തുവരുന്ന പ്രസാധകനെ ഏറ്റവും പ്രശംസിച്ചേ മതിയാവൂ. ഇത്രമാത്രം പ്രസ്താവിച്ചുകൊണ്ടു പൊതുജനസമക്ഷം ഇതിനെ അവതരിപ്പിക്കുന്ന കൃത്യം നിർവ്വഹിച്ചുകൊള്ളട്ടെ.

•

# അദ്വൈതജ്ഞാനത്തിന്റെ മഹാസമുദ്രം

ശ്രീമാൻ കെ. രാമുണ്ണി വൈദ്യരാൽ പ്രകാശനം ചെയ്യപ്പെട്ട 'അധ്യാത്മയുദ്ധം അഥവാ ആനന്ദാദർശപ്രധ്വംസനം' എന്ന പുസ്തകം ഞാൻ സശ്രദ്ധം വായിച്ചു. അഗാധമായ പാണ്ഡിത്യവും അസുലഭമായ വാക്ചാതുര്യവും അനന്യസാധാരണമായ യുക്തിചിന്തയും അതിദുർലഭമായ അഗാധതയും നിറഞ്ഞ ഒന്നാണീ ഗ്രന്ഥം. പണ്ഡിതന്മാർ എപ്പോഴും ശിരസാവഹിക്കുന്ന വാദമുഖങ്ങളാണ് ഈ ഗ്രന്ഥത്തിൽ ഉന്നയിച്ചിട്ടുള്ളത്. നാസ്തികശിരോമണികളുടെ നാസ്തികത്വത്തെയും വേദോപനിഷത്തത്ത്വങ്ങളെ വിപരീത വികല്പജ്ഞാനമായി ചിത്രീകരിക്കുന്ന പ്രവണതകളെയും യുക്തിയുക്തം പണ്ഡിതോചിതമായ ഭാഷയിൽ അലംകൃതമായ രീതിയിൽ ഈ ഗ്രന്ഥത്തിൽ പ്രതിപാദനവിധേയമാക്കിയിട്ടുണ്ട്. ദർശനങ്ങളും ശാസ്ത്രങ്ങളും ഗുരുമുഖത്തിൽ നിന്ന് അദ്ധ്യായനം ചെയ്യാതെ അതിന്റെ ചില വാച്യാർത്ഥങ്ങളെമാത്രം ഉപോൽബലകമായെടുത്തുകൊണ്ട് അവഹേളനാർഹമായ രീതിയിൽ വരേണ്യന്മാരായ ആ ചാര്യന്മാരേയും അവതാരപുരുഷന്മാരേയും മുക്തകണ്ഠം ഉൽഘോഷിക്കപ്പെടുന്ന മനുഷ്യാതീതമായ ദിവ്യരചനാത്മകശക്തിയുൾക്കൊള്ളുന്നവരേയും അപലപിക്കുന്നത് അനിതരസാധാരണമായ പ്രവണതയാണെങ്കിൽ നാസ്തികന്മാരെ സംബന്ധിച്ചിടത്തോളം ഇത് സ്വാഭാവികമാണ്. ദർശനങ്ങളേയും മറ്റ് ശാസ്ത്രങ്ങളേയും അദ്ധ്യയനം ചെയ്യാതെ ഖണ്ഡിക്കുകയെന്നത് നാസ്തികന്മാരുടെ ഒരടവാണ്.

ഇതിന്ന് അവതാരികയെഴുതാനായി സർവ്വോദയ നേതാവും ത്യാഗസമ്പന്നനും സേവാനിരതനുമായ ശ്രീമാൻ ടി.വി. അനന്തൻ എന്നെ സമീപിച്ചപ്പോൾ എഴുതാമെന്നു ഞാൻ സമ്മതിക്കുകയും ചെയ്തു. കുറച്ചെന്തെങ്കിലും അപഗ്രഥനം ചെയ്ത് എഴുതേണ്ടി വരുമെന്ന് ഊഹിച്ചിരുന്നു. പിന്നെ പുസ്തകം വായിച്ചപ്പോൾ എനിക്ക് മനസ്സിലായത് ഇതിന്റെ അപഗ്രഥനമോ അവതാരികയോ ആവശ്യമില്ലെന്നാണ്.

ഇതിൽ പ്രതിപാദിക്കപ്പെട്ട ഓരോ തത്വചിന്തയും എത്രത്തോളം അഗാധതയിലേക്ക് ഇറങ്ങാമോ അത്രത്തോളം ഇറങ്ങിയിട്ടുണ്ട്. പാരമാർത്ഥികജ്ഞാനത്തിന്റെ ദൃഷ്ടിയിൽ എത്രത്തോളം അപഗ്ര ഥനം ചെയ്യാമോ അത്രത്തേളം അപഗ്രഥനനം ചെയ്ത് യുക്തിയെക്കൂടി ജ്ഞാനത്തിൽലയിപ്പിച്ചുകാണുന്നത് ഒരത്ഭുതപ്രവണതയാണ്. അദ്വൈതവേദാന്ത മഹാസമുദ്രത്തിൽ യഥേഷ്ടം തീന്തിക്കളിക്കുന്ന പ്രഗൽഭനും അനുഭവസമ്പന്നനും അദ്വിതീയനുമായ ഒരു അദ്വൈ വേന്താചാര്യനു മാത്രമേ ഇത്തരം ബോധപൂർവ്വമുള്ള അവഗാഹനം സാദ്ധ്യമാവൂ. യുക്തിനദിയിൽക്കൂടി നീന്തിനീന്തി അദ്വൈതജ്ഞാന മഹാസമുദ്രതത്തിൽ എത്തിച്ചേരുന്ന ഒരുഅപൂർവ്വ സാമർത്ഥ്യം ഉടനീളം ഈ ഗ്രന്ഥത്തിൽ പ്രതിഭാസിക്കുന്നുണ്ട്.

ഏതദ് ഗ്രന്ഥത്തിൽ പ്രാർത്ഥനയുടെ സ്വരൂപത്തേയും പ്രയോ ജനത്തേയും മറ്റും അതീവ സുന്ദരമായി പ്രതിപാദിച്ചിട്ടുണ്ട്. ഇതിൽ ഈശ്വരന്റെ സ്വരൂപം നിർവ്വചനവും മറ്റും അകസ്മാ പ്രവഹിച്ചു കാണുന്നത് ഗ്രന്ഥകർത്താവിന്റെ അനന്യസാധാരണമായ പാണ്ഡി ത്യമാണ് പ്രകടമാക്കുന്നത്. അദ്വൈത വേദാന്ത സിദ്ധാന്തങ്ങളെ നല്ല വണ്ണം പ്രതിപാദിച്ചിട്ടുള്ള ഈ ഗ്രന്ഥത്തെ ഒരു ഖണ്ഡനഗ്രന്ഥമെന്നു പറയുന്നതിനേക്കാൾ ഒരു മണ്ഡനഗ്രന്ഥമെന്നു പറയുന്നതായിരിക്കും കൂടുതൽ ശരിയായിരിക്കുക. ഈ വിദ്വദ്വര്യന്റെ തൂലിക ചലിപ്പിച്ചത് വെറും ഖണ്ഡനത്തിന് മാത്രമല്ല ഖണ്ഡനമെന്ന വ്യാജേന നിഗൂഢമായ ഏതോ ഒരു തത്ത്വത്തെ അതായത് അദ്വൈതവേദാന്തസാരത്തെ ജനങ്ങളെ ബോധിപ്പിക്കുവാനാണെന്നത് പ്രസ്പഷ്ടമാണ്.

ഭഗവദ്പൂജ്യപാദർക്കുശേഷം തിരുവിതാംകൂർ ശ്രീ ഷൺമുഖദാസ് സ്വാമികളും (ചട്ടമ്പിസ്വാമികൾ) ശ്രീനാരായണഗുരു സ്വാമികളും അദ്വൈതവേദാന്തത്തിന്റെ ദീപശിഖ കൈയ്യിലേന്തി അജ്ഞാനാ ന്ധത നീക്കിക്കൊണ്ടിരുന്ന കാലഘട്ടത്തിലാണ് ഉത്തരകേരള ത്തിൽ അദ്വൈതവേദാന്തത്തിന്റെ ഗർജ്ജനങ്ങൾ മുഴക്കിക്കൊണ്ട്, ദിഗന്തങ്ങളേക്കൂടി പ്രകമ്പനം കൊള്ളിക്കുന്ന് അജ്ഞതയെ ദൂരീകരി ച്ചുകൊണ്ട് ശ്രീ വാഗ്ഭടാനന്ദഗുരുദേവരെന്ന് വിജ്ഞാതനായ അദ്വൈ തകേസരിയുടെ ആവിർഭാവം. ആ അന്തരീക്ഷത്തിൽ, അവരുടെ യെല്ലാം കാലഘട്ടത്തിലാണ് ഇത്തരം വാദവിവാദങ്ങൾ ഉയർന്നു പൊങ്ങിയിട്ടുള്ളത്. ആ കാലഘട്ടത്തിൽ ഉണ്ടാകുന്ന ഇത്തരമൊരു ഗ്രന്ഥത്തിന് അവരുടേതായ ഒരവബോധാവഗാഹത ഉണ്ടാവുക സ്വാഭാവികമാണല്ലോ. പ്രതിപക്ഷത്തെ ഖണ്ഡിക്കുമ്പോൾ അവർക്ക് നൽകുന്ന ബഹുമാനം ഇന്നത്തെ ഇന്ത്യൻ പാർലിമെന്ററി വ്യവസ്ഥയ്ക്ക് ഒരു മാതൃകയാണ്. പ്രതിപക്ഷ ബഹുമാനം പണ്ഡിതോചിതമായ

നിലയിൽ പാലിച്ചുകൊണ്ടാണ് ഖണ്ഡനം ചെയ്തിട്ടുള്ളത്.

ഇന്നത്തെ തലമുറയ്ക്ക് മാത്രമല്ല ഭാവിതലമുറയ്ക്കുകൂടി ഈ ഗ്രന്ഥം അനുഗ്രഹീതമെന്ന നിലയിൽ വർത്തിക്കുന്നതാണ്. ഇന്നത്തെ സാമാന്യജനങ്ങൾ ഈ ഗ്രന്ഥത്തെ അർഹിക്കുന്ന നിലയിൽ സ്വാഗതം ചെയ്യുമെന്നു വിശ്വസിച്ചുകൊണ്ട് വിദ്വജ്ജനങ്ങളുടെയും ജിജ്ഞാസുക്കളുടെയും സമക്ഷം ഈ ഗ്രന്ഥത്തെ സാക്ഷൂതം സപ്രത്യാശം സമർപ്പിച്ചുകൊള്ളുന്നു.

●

# ശാശ്വത ധർമ്മ സംസ്ഥാപനത്തിനു വേണ്ടിയുള്ള അന്വേഷണം

**എസ്.കെ. രാമുണ്ണിവൈദ്യർ**

മനുഷ്യന്റെ ബുദ്ധി കാലം ചെല്ലുന്തോറും വിസ്തൃതമായിവരുന്നു. ആ ബുദ്ധിയുടെ വികാസം, സർവോപരി അഭിലഷിക്കുന്നത് സമ്പൂർണ്ണവും സമരസവും ആയ യോഗക്ഷേമത്തെയാകുന്നു. പ്രാചീന ചരിത്രത്തിൽ വിവരിക്കുന്ന വെളിച്ചമുള്ള ഒരു കാലഘട്ടം ഇനിയും ഇവിടെ സുസ്ഥാപിതമാകാതിരിപ്പാനിടയില്ലെന്നാണ് ആവർത്തനപ്രകൃതിയോടുകൂടിയ ലോകത്തിലെ സംഭവചരിത്രങ്ങൾ നമ്മെ പഠിപ്പിക്കുന്നത്. അജ്ഞതയുടെ അഗാധതയിലോ, വിജ്ഞതയുടെ പരമകോടിയിലോ നിന്നല്ലാതെ ഈ ആവർത്തനം സംഭവിപ്പാനും പാടുള്ളതല്ല. അജ്ഞാനത്തിന്റെ ആഴത്തിൽനിന്നും വ്യാമോഹവും ശോകവുമാണുയരുന്നതെങ്കിൽ, ഇവിടെ അത്യന്താപേക്ഷിതമായ പ്രകാശവും പ്രശാന്തിയും നിശ്ചയമായും വിജ്ഞാനത്തിന്റെ പരമോച്ചതയിൽനിന്നും തന്നെ പ്രസരിക്കേണ്ടതായിരിക്കുന്നു. അതെ, അനുനിമിഷം വികസിച്ചുയരുന്ന മനുഷ്യന്റെ വിശേഷബുദ്ധി അവ്യാഹതവും അതിവിഖ്യാതവും ആയ ജ്ഞാനാധ്വാവിൽ കൂടി ശാശ്വതവും സമാധാനപരിപൂതവും ആയ ദിവ്യവെളിച്ചത്തിൽ പൂർണ്ണ വിശ്രമാനന്ദം അനുഭവിച്ചാശ്വസിക്കുകതന്നെ ചെയ്യും. ശിഥില ശിഥിലങ്ങളായി അങ്ങിങ്ങുന്തിപ്പൊന്തി വരുന്ന പ്രതിബന്ധങ്ങളെ പ്രത്യാഹനിക്കുന്നതിന്നായി ധർമ്മയോധന്മാരുടെ ചിന്തായുദ്ധത്തിന്ന് യാതൊരു പ്രയാസവും ഉണ്ടാവുന്നതല്ല. അഥവാ പ്രതിബന്ധങ്ങൾ, മഹത്വത്തിന്റെ മാറ്റു കാട്ടുവാനുള്ള കഷപാഷണങ്ങളുമാണല്ലോ.

ഇന്നത്തെ ജ്ഞാനതൃഷ്ണയ്ക്കു പറ്റിയ ഉപശാന്തിസാധനം പണ്ടത്തെ ഭാരതവർഷത്തിന്റെ അനശ്വരസമ്പാദ്യമായ അദ്വൈതാമൃതം ഒന്നു മാത്രമാകുന്നു. വിചാരശൈലികളുടെ അതിർകവിയുന്ന പരമ്പരാക്രോശങ്ങളെ പ്രശാന്തീകരിപ്പാൻ ആ ഒരൊറ്റ സിദ്ധൗഷധത്തെ

മാത്രമാണ് തീക്ഷ്ണചിന്തകന്മാർ കണ്ടെത്തുന്നത്. ആ സത്യത്തെ മുറുകെപ്പിടിച്ചുകൊണ്ട് ഈ വ്യവഹാരപ്രപഞ്ചത്തെ കാണുവാനും, ഇതിന്റെ അധിഷ്ഠാന ചൈതന്യത്തിൽ നിരന്തരമായ വേഴ്ചയും വാഴ്ചയുംകൊണ്ട് പരമമായ സംതൃപ്തി അടയുവാനുമാകുന്ന അദ്വൈതകാഹളം ഇവിടെ അന്തരീക്ഷത്തെ ഇളക്കിയിട്ടുള്ളത്. ഇക്കാണുന്ന ദ്വൈത പ്രപഞ്ചത്തിലെ പര്യടനം സുഖപര്യവസായിയാകാനും, സത്യത്തെ നട്ടുച്ചക്കെന്നപോലെ സുവിശദം തുറന്നുകാണാനും ഉള്ള ഒരു അഭിവാഞ്ഛാമന്ദാനിലൻ എങ്ങുനിന്നോ ഇപ്പോൾ വീശാൻ തുടങ്ങിയിട്ടുണ്ട്. ഈ കാലഘട്ടം, അതുമൂലവും ഒരു പരിവർത്തനപരിധിയെ പ്രാപിച്ചിരിക്കുന്നു. ശാശ്വതനും ജ്ഞാനാനന്ദസ്വരൂപനും ആയ ഈശ്വരന്റെ നേർക്ക് സകലമനുഷ്യ വ്യക്തികളുടെയും മാനസികവ്യാപാരത്തെ ക്ഷണിക്കുകയും സത്യം, ധർമ്മം, ദയ, ശാന്തി തുടങ്ങിയ എല്ലാ ദിവ്യഭാവങ്ങളും അവന്റെ ലക്ഷണങ്ങളാണെന്ന പരമരഹസ്യത്തെ പരസ്യം ചെയ്തു തദ്വാരാ ഈ ലോകവാഴ്ചയെ സ്വർഗ്ഗസുന്ദരമാക്കിത്തീർക്കുകയും ചെയ്‌വാൻ ദയാശാലികൾ അവിശ്രമം പരിശ്രമം ചെയ്യുന്നത്, മേൽപറഞ്ഞ പരിവർത്തനദശയെ സൂക്ഷിച്ചുകൊണ്ടാകുന്നു. ഭാരതമാതാവിന്റെ പ്രശസ്തിയുടെ നിദാനം, അദ്വിതീയവും അത്യുജ്ജ്വലവുമായ ഈ ഒരു വിജ്ഞാനവിശേഷത്തിന്റെ പ്രഖ്യാപനം ഒന്നു മാത്രമാണ്. എന്നാൽ, വലിയ വളയത്തിൽ ചാടി, ചെറിയ വളയത്തിൽ ചാടി, ഒടുവിൽ വളയമില്ലാതെ ചാടുന്ന കായികാഭ്യാസത്തിന്റെ നേർക്കെന്നപോലെ, മനുഷ്യരിൽ ഒട്ടാകെ ഉണ്ടായിരിക്കുന്ന മതപരിഷ്ക്കരണബഹളത്തിൽ വേണ്ടാത്തതു വേണ്ടാ എന്ന് എങ്ങിനെയോ പറഞ്ഞു വേണ്ടതും വേണ്ടാ എന്നു പറയുന്ന ഒരുതരം 'അർദ്ധ നിരീശ്വരത്വദൂരഭ്യാസ'ത്തിന്റെ നേർക്ക് ബ്രഹ്മാനന്ദസ്വാമികൾ ജനങ്ങളെ ദയനീയമാം വണ്ണം ക്ഷണിച്ചുതുടങ്ങുന്ന വിജ്ഞാനവിമുഖമായ അനാവശ്യസംരംഭത്തെ കാര്യമായി തടയാതിരിപ്പാൻ ഭാരതത്തിന്റെ അനവദ്യാവൈശദ്യവും ഇന്നത്തെ പരിവർത്തനോന്മുഖമായ കാലാസ്ഥിതിയും ഞങ്ങളെ അനുവദിക്കുന്നില്ല. ഇന്ത്യയുടെ സ്വർഗ്ഗസ്ഥാനമെന്ന് ഭൂമിശാസ്ത്രസമ്മതി ലഭിച്ച കേരളം നിശ്ചിത പ്രജ്ഞന്മാരായ പാശ്ചാത്യന്മാരുടെ നിരീക്ഷണ പാടവത്തേയും തലകുനിപ്പിക്കുവാൻ കഴിവുള്ള ലോകോത്തരമായ അദ്വൈതവിദ്യയുടെ വിളനിലയമായ കേരളം ഇന്നാവശ്യപ്പെടുന്നത് 'അറേബ്യൻ നൈറ്റ്സോ' 'അല്ലാവുദീൻ അത്ഭുതപ്രദീപമോ' അല്ല; പ്രത്യുത സാർവ്വത്രികമായ സമാധാനത്തേയും അതുവഴി മനുഷ്യത്വത്തിന്റെ സമ്പൂർണ്ണതയേയും ലഭിപ്പാനുള്ള ആർഷ സന്ദേശങ്ങളെയാകുന്നു. ആ കഥ മറന്നു കൊണ്ട് നമ്മുടെ സ്വാമികൾ ഈയിടെ പുസ്തകരൂപത്തിൽ സത്യവിദ്യയുടെ മുഖത്തെ ലാക്കാക്കി തുറന്നു

കാണിച്ചിട്ടുള്ള വികൃതവികൃതമായ 'ആനന്ദദർശ'മാകുന്ന ഈ 'യുദ്ധ' ഗ്രന്ഥപ്രസാധനത്തിൽ ഞങ്ങളെ പ്രേരിപ്പിച്ചിട്ടുള്ളത്. ഇതാകട്ടെ കേവലം ഒരു ഖണ്ഡനഗ്രന്ഥമല്ല; ഒരാദർശഗ്രന്ഥം തന്നെയാകുന്നു. ഈശ്വരനും അവന്റെ ധർമ്മങ്ങളേയും സത്യാൽ സത്യമായ അദ്വൈതത്തേയും ഈ കേരളത്തിലെ സ്വർഗ്ഗ സ്ഥാപനസംരംഭത്തിന്റെ സാമാന്യ സംക്ഷേപത്തേയും വെളിപ്പെടുത്തുവാൻവേണ്ടി ഈ ഗ്രന്ഥദ്വാരാ അവധാനതയോടെ ശ്രമം ചെയ്തിട്ടുണ്ട്. സംഗതിവശാൽ, ഇതർഹിക്കുന്ന വിധത്തിലല്ലാതെ, പ്രതിപാദനരീതിയെക്കുറിച്ചും മറ്റും വല്ലതും വായനക്കാർക്ക് തോന്നുമെങ്കിൽ അത് കേവലം പുരുഷദ്വേഷത്തിന്റെ പേരിൽ ഗണിക്കാതെ, ധർമ്മപ്രേമത്തിന്റെയും സത്യതൃഷ്ണയുടെയും പേരിൽ ക്ഷമിപ്പാനപേക്ഷയുണ്ട്. ആ അപേക്ഷയേയും കവിഞ്ഞ ഒരു ലാഘവ ദൃഷ്ടി വീണ്ടും ഞങ്ങളുടെ പേരിൽ അവശേഷിക്കുന്ന വായക്കാരുണ്ടാകാമെങ്കിൽ, അവരോട് ഞങ്ങൾ ചെയ്യുന്ന രണ്ടാമത്തെ അപേക്ഷ ഈ വിമർശനഗ്രന്ഥത്തിന്നിടയുണ്ടാക്കിയ 'ആനന്ദാദർശം' ക്ഷമയുണ്ടാകുമെങ്കിൽ ഒരു പരിവൃത്തി വായിപ്പാൻ മാത്രമാകുന്നു. ഭാരതത്തിലെ അധ്യാത്മ കാവ്യങ്ങളായ രാമായണം, ഭാരതം എന്നിവയും അതിൽ വിശേഷിച്ച വിജ്ഞാനഭണ്ഡാരമായ 'ഭഗവത് ഗീതയും'യും മഹായുദ്ധങ്ങളുടെ മാറ്റൊലികളുടെ മദ്ധ്യേ നമ്മിൽ ആത്മധർമ്മം വർഷിക്കുന്നു. ഇതും ഒരു യുദ്ധഗ്രന്ഥമാകുന്നു. പുരാതനങ്ങളായ യുദ്ധങ്ങൾ ആയുധമുപയോഗിച്ചാണെങ്കിലും അവയുടെ മർമ്മം ആദ്ധ്യാത്മികാദർശ പ്രദർശനമാണ്. എന്നാൽ കേവലം തൂലിക ഉപയോഗിച്ച ചെയ്യുന്നതാണെങ്കിലും ഈ യുദ്ധം ആധ്യാത്മികം മാത്രമാണെന്ന് വായനക്കാർക്കറിയാവുന്നതാണ്. ഈ യുദ്ധത്തിൽ ഞങ്ങൾ ആനന്ദാദർശത്തെ പാടെപ്രധ്വംസനം ചെയ്യത്തക്കവണ്ണം ഒരു വിഹഗവീക്ഷണം മാത്രമേ ഉപയോഗിച്ചിട്ടുള്ളൂ. എങ്കിലും മനോഹരവും മഹനീയവും ആയ ഹൈന്ദവധർമ്മമാർഗ്ഗത്തിൽ നമ്മുടെ സ്വാമികളെക്കൊണ്ടുള്ള ബാധയില്ലാതാകുവാൻ ഇത് ധാരാളം പര്യാപ്തമാണെന്നാണ് ഞങ്ങളുടെ വിശ്വാസം. സ്വാമികളുടെ തൂലിക അനാവശ്യമായി വീണ്ടും വ്യാപരിക്കുമെങ്കിൽ, ഗ്രന്ഥവിസ്താരവും ഗൗരവഹാനിയും ഭയന്ന് ഇപ്പോൾ ദയാപുരസ്സരം വിട്ടിട്ടുള്ളവയും വിസ്തരിക്കാത്തവയയും ആയ ഭാഗങ്ങളെ സമൂലം സമുന്മൂലനം ചെയ്യുന്നതിന്ന് ഞങ്ങളുടെ തൂലിക ഇനിയും ശക്തിപൂർവ്വം പ്രവർത്തിക്കുന്നതാണ്. ഇത്രയും പ്രസ്താവിച്ചുകൊണ്ട് ശാശ്വതധർമ്മസംസ്ഥാപനശ്രമത്തിന്നുവേണ്ടി സത്യാന്വേഷികളുടെ മുന്നിൽ ഈ 'അധ്യാത്മയുദ്ധം' അവിഷ്ക്കരിച്ചുകൊള്ളട്ടെ.

•

# അദ്വൈതാനന്ദത്തിനായുള്ള അക്ഷീണ പരിശ്രമം

**ഒയ്യാരത്ത് കുഞ്ഞിരാമമേനോൻ**

ആത്മീയമായും സാമുദായികമായും ഏതൊരു രാജ്യക്കാർക്കും സിദ്ധിക്കേണ്ടതായ സമുന്നതിക്ഷേമങ്ങൾ ആ രാജ്യക്കാരുടെ സഹകരണസമുദായത്തെയാണ് ആശ്രയിച്ചു നിൽക്കുന്നത്. സഹകരണത്തിന്നു കാരണം ഐക്യമാണ്. അതു സാധിക്കുന്നതിനുള്ള മാർഗ്ഗം സാമുദായികമായും ആത്മീയമായും ഉള്ള അഭിപ്രായത്തിന്റെ ഏകതയാകുന്നു. സാമുദായികവ്യവസ്ഥ സമാശ്രയിച്ചു നിൽക്കുന്നതും ഏറെക്കുറെ ആത്മീയതത്വത്തെ ആകയാൽ ആ വിഷയത്തിൽ ഭിന്നമതസ്ഥരുടെ നാനാവിധത്വം വർദ്ധിക്കുന്തോറും സാമുദായികകൃത്യങ്ങളിൽ ഏകോപിച്ചുള്ള ഉദ്ദേശ്യനിർവ്വഹണം അസാദ്ധ്യമായും പ്രത്യുത ഏകത്വത്തിൽ അടുക്കുന്തോറും സുഖസാദ്ധ്യമായും വരുന്നു എന്ന് ലോകചരിത്രം തെളിയിക്കുന്നു.

ഹൈന്ദവ ക്രൈസ്തവ മുഹമ്മദ് മതാനുയായികൾ അവരുടെ മതങ്ങളുടെ സാരതത്വങ്ങളെ ഗ്രഹിക്കാതെ അന്യോന്യം കലഹിച്ചു ലോകത്തിൽ വരുത്തീട്ടുള്ള ആപത്തുകൾ അനൽപ്പങ്ങളും അവർണ്ണനീയങ്ങളുമാണ്. ഒടുവിൽ പറഞ്ഞ രണ്ടു മതങ്ങളുടെയും സ്ഥാപകൻമാരായ, കൃസ്തുവും മുഹമ്മദ്നബിയും ജീവകാരുണ്യത്തെ സർവ്വോപരി ദീക്ഷിച്ചവരാണ്. അവരുടെയും അവർ സ്ഥാപിച്ച മതങ്ങളുടെയും ഉപദേശാർത്ഥങ്ങളെ ഗ്രഹിക്കാതെ വിപരീതമായ പല പ്രവൃത്തികളും ആ മതാനുയായികൾ ചെയ്തിട്ടുണ്ട്. 'നിന്നെ ദ്വേഷിക്കുന്നവനെക്കൂടി നീ സ്നേഹിക്കു; പ്രതിക്രിയ ദൈവത്തിനുള്ളതാകുന്നു.' എന്നാകുന്നു കൃസ്തുവിന്റെ ഉപദേശം. ആ മഹാപുരുഷനെ ക്രൂശിൻമേൽ തറച്ചപ്പോൾ അങ്ങിനെ ചെയ്തവരുടെ പാപമോചനത്തിനുവേണ്ടി അദ്ദേഹം പ്രാർത്ഥിക്കുകയും ഉപദേശത്തെ അനുഷ്ഠാനത്തിൽ വെളിവാക്കുകയും ചെയ്തു. മുഹമ്മത് നബിയാവട്ടെ പ്രാർത്ഥനാസമയത്ത് അദ്ദേഹത്തെ

നിഗ്രഹിപ്പാൻ ഖഡ്ഗപാണിയായി ഒളിച്ചു നിന്ന ഒരുവനെ തീക്ഷണമായ തന്റെ വീക്ഷണശക്തി കൊണ്ട് ഭഗ്നചൈതന്യനാക്കുകയും അഭയം കൊടുത്തു തന്റെ ശിഷ്യനായി സ്വീകരിക്കുകയും ചെയ്തു. സകുടുംബം നിഗ്രഹിപ്പാൻ ഉദ്യമിച്ച കുറാസിനാട്ടുകാരെ പരാജിതരാക്കിയശേഷം പൂർവ്വാപരാധങ്ങളാൽ ഭയവിഹ്വലൻമാരായ അവർക്ക് മഹാനായ നെബി അഭയം കൊടുത്തു രക്ഷിച്ചു. കൃസ്ത്യാനികൾ സഹജീവികളെ ജീവനോടെ ദഹിപ്പിച്ചതും മുഹമ്മദീയർ ഇതരമതസ്ഥൻമാരെ ക്രൂരവധം ചെയ്തതും മതാനുസാരമാണെന്നുള്ള ധാരണയാലാണ്. ഈ പാപകർമ്മങ്ങൾക്കു കാരണമായത് മതങ്ങളുടെ സാരാർത്ഥങ്ങളെ അറിയാത്തതുകൊണ്ടാണെന്നു സ്പഷ്ടമാണല്ലോ. ആ രണ്ടു മതങ്ങളുടെ ആന്തരാർത്ഥവും ദിവ്യൻമാരായ ഋഷികൾ അവരുടെ പരിശുദ്ധാദർശങ്ങളാൽ വിശദീകരിച്ചു ഹൈന്ദവാദ്വൈതവും വിരുദ്ധമല്ലെന്നും പ്രത്യുത ഒന്നാണെന്നും ഈ മൂന്നു ഗ്രന്ഥങ്ങളെയും കൂലംകഷമായി പരിശോധിച്ചാൽ അറിയാവുന്നതാണ്. രാഷ്ട്രീയമായും സമുദായികമായും ഉള്ള എല്ലാ ക്ഷേമങ്ങളും മനുഷ്യലോകത്തിന് സിദ്ധിക്കേണ്ടത് ഏകമായ ആത്മീയ മതശുദ്ധി മാർഗ്ഗേണയാണ്.

പൗരസ്ത്യൻമാർക്കും പാശ്ചാത്യർക്കും അന്യോന്യം കൂട്ടിമുട്ടാതെ സ്വച്ഛന്ദം സഞ്ചരിപ്പാനുള്ള വിസ്തൃതമായ സേതുഅദ്വൈതമാകുന്നു എന്നു ഉദാരാശയൻമാരായ വിവേകാനന്ദപ്രഭൃതികൾ കാണുന്നു. വാദപ്രളയജലത്തിൽ ആണ്ടുപോകാതെ എന്നെന്നും നിലനിൽക്കുന്ന സത്യവും സ്വതന്ത്ര്യവുമായ സ്ഥാനം അദ്വൈതം മാത്രമാണ്. ദുർവ്യാഖ്യാനം, ദുർബ്ബോധം എന്നീ രാഹുകേതുക്കളുടെ ദുർബ്ബാധവിട്ടു വിശുദ്ധമണ്ഡലത്തോടും ആനന്ദപ്രദമായ ഗോവിലാസത്തോടും അദ്വൈതമതി ഭൂലോകക്ഷേമത്തിനായി വിളങ്ങണം. ഈ ഉദ്ദേശ്യത്തിന്റെ നിർവ്വഹണത്തിനാണ് അനാചാരങ്ങളെ ദൂരീകരിച്ചുകൊണ്ട് കേരളത്തിൽ വെച്ച് വാഗ്ഭടാനന്ദഗുരു ആത്മവിദ്യാസംഘം മുഖേന അക്ഷീണപരിശ്രമമം ചെയ്തുവരുന്നത്. ദിവ്യമായ അദ്വൈതതത്വത്തെ ഗ്രഹിച്ച് ത്രിവിധകരണങ്ങളേയും ശുദ്ധീകരിച്ച് നിർവ്വാണസിദ്ധിക്കുള്ള മാർഗ്ഗത്തെ സ്വാനുഭവത്താലും ഉദാഹരണത്താലും മനുഷ്യവർഗ്ഗത്തിന് കാണിച്ചു കൊടുക്കുവാനാണ് ഭഗവാൻ ബുദ്ധൻ അവതരിച്ചത്. മനുഷ്യരുടെ അജ്ഞതയാലും അനാചാരത്താലും കാലാന്തരത്തിൽ ഈ തത്വത്തിന് വന്നു കൂടിയ ഗ്ലാനിയെത്തീർക്കുന്നതിനാണ് ശ്രീശങ്കരാചാര്യസ്വാമിയുംഅവതരിച്ചത്. കാലാന്തരങ്ങളിൽ ഇങ്ങിനെ ഗ്ലാനി തട്ടുമെന്നും ആയത് തീർത്ത് ധർമ്മ പരിപാലനത്തിന്നായി മഹാത്മാക്കൾ കൂടെക്കൂടെ അവതരിപ്പിക്കുമെന്നും പൊതുജനങ്ങൾ വിശ്വസിക്കുന്നതിൽ അബദ്ധമില്ലതന്നെ.

ബുദ്ധന്റെ ഹൃദയവും ശങ്കരാചാര്യരുടെ ബുദ്ധിയും ചേർന്ന് കിട്ടുന്നതിനാൽ ഭാരതീയക്ഷേമത്തിന്ന മതിയാവുന്നതാണെന്ന് ശ്രീമദ് വിവേകാനന്ദസ്വാമികൾ അഭിപ്രായപ്പെട്ടിട്ട് സംവത്സരങ്ങൾ കുറെക്കഴിഞ്ഞു. ഒരു രാജ്യത്തിന്റെ പ്രത്യേകക്ഷേമത്തിന്നായി ശ്രമിക്കുന്നവർ മുഴുവൻ ലോകക്ഷേമത്തിന്നായി സഹോദരഭാവത്തോടും വിശാലബുദ്ധിയോടും പരിശ്രമിക്കേണ്ടുന്ന കാലവും അതിക്രമിച്ചിരിക്കുന്നു. അതിനാൽ മേലാൽ മനുഷ്യരുടെ ഐക്യത്തിന്നായി ചെയ്യുന്ന ഏർപ്പാടുകൾ ഭാരതീയജനങ്ങളുടെ സ്വഭാവാവശ്യങ്ങൾക്ക് മാത്രം മതിയാകുന്ന വിധത്തിലോ ആയാൽ പോര. അവ ഇതരരാജ്യങ്ങൾക്കുകൂടി തുല്യമായി ഉപകരിക്കുന്ന വിധത്തിലായിരിക്കണം. അതൊട്ടുകൂടി ഭാരതീയരുടെ ആവശ്യനിവൃത്തിക്കും അവ മതിയായിരിക്കണം.

ഹൈന്ദവൻമാരെന്ന നാമത്തെ അവലംബിച്ചും പക്ഷേ നകുലനാഗങ്ങളെപ്പോലെ അന്യോന്യം കലഹിച്ചും ശൈവവൈഷ്ണവശാക്തേയാദിമതക്കാർ ഭിന്നവിശ്വാസങ്ങളോടുകൂടെ ഇൻഡ്യയിൽ വർത്തിക്കുന്നുണ്ട്. ഇവയെല്ലാം ഹൈന്ദവവേദങ്ങളെ ആധാരമാക്കി കൈകൊണ്ടിരിക്കുന്ന ഏകസംഗതി മാത്രമാണ് അദ്വൈതസൂത്രത്താൽ ഇവരെ ബന്ധുക്കളാക്കാമെന്നു പ്രത്യാശിപ്പിക്കാനുള്ള മുഖ്യകാരണം. ഇവർ യോജിച്ചാലും മുഹമ്മദീയരും മറ്റും യോജിക്കാതിരിക്കുന്നേടത്തോളം കാലം ഇൻഡ്യയ്ക്ക് ഐക്യമോ സമാധാനമോ സിദ്ധിക്കുന്നതല്ല. അത് വേണമെങ്കിൽ ഹിന്ദുമുസ്ലീം മുതലായ ഐക്യം സാധിക്കണം. അത് സാധിക്കുന്നതെങ്ങനെ? ഒട്ടാകെ നിവാസികളിൽ സംഖ്യകൊണ്ടും അഞ്ചിൽ നാലോഹരിയോളമുള്ള ഹിന്ദുക്കൾ ഋഷികളുടെ ആദർശങ്ങളേയും ആചാരങ്ങളേയും സഹസ്രവർഷങ്ങളായുള്ള പ്രിയസ്മരണകളേയും ഉപേക്ഷിച്ച മതാന്തരത്തെ സ്വീകരിക്കുക എന്നുള്ളത് സംഭവിക്കുന്നതല്ല. മുസ്ലീം സന്താനങ്ങൾ അവരുടെ മതനിയമങ്ങളെ വിട്ടു ബിംബാരാധകൻ മാരായോ ശക്തേയൻമാരായോ ഈ ഹിന്ദുക്കളോട് ചേരുക എന്നുള്ളതും അസംഭവ്യമാണ്. ഈ രണ്ട് കക്ഷികളേയും ഭാരതീയൻമാരായ ഇതരൻമാരെയും എന്നുവേണ്ട പൊതുവിൽ ലോകത്തിലുള്ള എല്ലാവരേയും രഞ്ജിപ്പിച്ച പ്രവൃത്തിക്കുന്നതിന്നു തക്കതായ ഒരു പന്ഥാവിനെ അവലംബിക്കുക മാത്രമാണ് നിവൃത്തിമാർഗ്ഗം. ഒരു മാർഗ്ഗത്തിന്നു വിരോധമില്ലാത്തതും എല്ലാ മതങ്ങൾക്കും ആന്തരാർത്ഥമായിരിക്കുന്നതുമായ അദ്വൈതസിദ്ധാന്തത്തെ എല്ലാവർക്കും രുചിക്കത്തക്കവിധം പ്രചരിപ്പിക്കുകയാണ് ഇതിനുള്ള നിവൃത്തി, ഇതിനാൽ സർവ്വമതക്കാർക്കും യോജിച്ച പ്രവർത്തിക്കുന്നതിനു തന്നിമിത്തം യോഗക്ഷേമാനുഭവത്തിനും

സംഗതി വരും. ഓരോ രാജ്യങ്ങളിലായി അവതരിപ്പിച്ച മതസ്ഥാപകൻമാർ കാലദേശാവസ്ഥകൾക്കനുസരിച്ച് ആവശ്യമായ പ്രകാരം ഓരോ വിഷയങ്ങളിൽ പ്രഭാവാധിക്യത്തെ പ്രദർശിപ്പിച്ചിട്ടുണ്ട്. മനുഷ്യരിൽ ലീനങ്ങളായ അനന്തമഹാശക്തികളിൽ, ത്യാഗമഹാത്മ്യം ഋഷികളാലും, ജീവകാരുണ്യവിലാസം ബുദ്ധദേവനാലും, ക്ഷമാഗുണം ഭഗവാൻ കൃസ്തുവാലും, ഉദ്യമപ്രഭാവതിശയം മഹാനായ മുഹമ്മത് നെബിയാലും, പ്രതിഭാവിലാസമഹോദയം ലോകഗുരു ശങ്കരാചാര്യരാലും അദ്വിതീയമായ നിലയിൽ ആവിഷ്കരിക്കപ്പെട്ടിരിക്കുന്നു. താദൃശമഹാശക്തികളുടെ സമ്മേളിതമഹോത്സവത്തിന്റെ സിദ്ധിക്കായി പ്രസ്തുത മഹാപുരുഷൻമാരെ മാതൃകകളാക്കിയും തദ്വാരാ സർവ്വമതമൈത്രിയെ ലക്ഷ്യമാക്കിയും ലോകോപകാരാർത്ഥം മനുഷ്യവർഗ്ഗം ഒത്തൊരുമിച്ച പ്രയത്നിക്കേണ്ടതാണ്. ഈദൃശ്യമായ വിശ്വാസത്തേയാണ് ആത്മവിദ്യാസംഘം ലക്ഷീകരിക്കുന്നത്. ഈ മനോഹരവിശ്വാസത്തിന്റെ പ്രതിഫലനമാകുന്ന പ്രസ്തുത ഗ്രന്ഥമായ 'ആത്മവിദ്യ'യിൽ പ്രകാശിക്കുന്നത്.

അദ്വൈതതത്വങ്ങളെ സർവ്വർക്കും ഗ്രഹിക്കത്തക്കവിധം സൗകര്യവും ജ്ഞാനവും ഉണ്ടാക്കിത്തീർക്കുവാൻ സംഘം സർവ്വോപരി പരിശ്രമിക്കുന്നു. അംഗങ്ങൾക്ക് കൃത്യാകൃത്യബോധവും സദാചാര നിഷ്ഠയും ജനിപ്പിക്കുന്നതും വിദ്യാഭ്യാസവിഷയത്തിലും, വ്യവസായ വിഷയത്തിലും ജീവിതവിജയത്തിനുതകുന്ന വിധം ജ്ഞാനാഭിവൃദ്ധി വരുത്തുന്നതും സംഘത്തിന്റെ ഉദ്ദേശ്യങ്ങളാണ്. ചിലർ തെറ്റിദ്ധരിക്കും പോലെ ആത്മവിദ്യാസംഘത്തിന്റെ ഉദ്ദേശ്യങ്ങൾ വേദശാസ്ത്രവിരുദ്ധങ്ങളല്ല. അവ ശ്രുതിയുക്ത്യനുഭവങ്ങളളെ ആസ്പദമാക്കിയും ഇതരമനസാരാർത്ഥങ്ങളെ അനുസരിച്ചും ഉള്ളവയാണ്.

കാലാന്തരങ്ങളിൽ മതത്തിനു വന്നുചേർന്ന ദൂഷിതാചാരങ്ങളെ സംഘം പ്രബലമാകുംവണ്ണം നിരസിക്കുന്നു. ആ വക ആചാരങ്ങൾക്ക് വേദാന്തമതിയുണ്ടെന്ന തെറ്റിദ്ധാരണയാൽ അവയെ അനുഷ്ഠിക്കുന്നവരെ തെറ്റിദ്ധാരണയിൽ നിന്നും പിന്തിരിപ്പിക്കുവാനും ശ്രുതി യുക്തിയനുഭവത്തിനനുസരിച്ചവയാണെന്നു തെളിയിക്കുന്നവയെ സ്വീകരിക്കുവാനും സംഘം സദാ ഒരുക്കമാണ്. സംഘത്തിന്റെ ഏതാദൃശ്യ വിചാരവിശ്വാസോദ്ദേശ്യങ്ങളുടെ വിജയപ്രഖ്യാപനത്തിന് ഈ 'ആത്മവിദ്യ' മതിയാകുമെന്നു തന്നെയാണ് ഞാൻ വിശ്വസിക്കുന്നത്. പോരെങ്കിൽ ഇതിന്റെ ഇതരഭാഗങ്ങളും അടുത്ത ഭാവിയിൽ തന്നെ അവതരിക്കുമല്ലോ.

മേൽ പറഞ്ഞ പ്രകൃതത്തിൽ അദ്വൈതികളായ ആത്മവിദ്യാനുയായികളും പൗരാണികമതക്കാരുമായി അഭിപ്രായ

ഭേദത്തിനിടവന്നേക്കാവുന്ന വിഷയങ്ങൾ വിഗ്രഹാരാധനയും, ജനനത്താൽ നിർണ്ണയിക്കപ്പെടുന്ന ജാതിവ്യവസ്ഥയും സഗുണോപാസന സമ്പ്രദായവുമാണ്. ഹിന്ദുമതാചാരങ്ങൾ എന്ന ആചാരങ്ങളും ശ്രുതിയുക്ത്യനുഭവങ്ങളോടുകൂടെ പരിവീക്ഷണം ചെയ്യുമ്പോൾ ആശ്വാസ്യങ്ങളല്ലെന്നും പ്രത്യുത ദുരിതാവഹങ്ങളാണെന്നും തെളിയുന്ന പക്ഷം ഇതുവരെ അവയെ അനുഷ്ഠിച്ചുവന്ന നാം ചെയ്യേണ്ടതെന്താണ്? വൈദികാചാരത്തിന്നു വിരുദ്ധങ്ങളായ അവയെ കാലപ്പഴക്കത്തെ പ്രമാണമാക്കി സ്വീകരിക്കുകയോ ശ്രുതിയുക്ത്യനുഭവങ്ങളെ സ്വീകരിച്ചു അവയെ നിരാകരിക്കുകയൊ വേണ്ടത്? ഈ വിഷയത്തിൽ നിശ്ചയസിദ്ധിക്കായി പ്രാചീന വൈദികധർമ്മങ്ങൾ തുടങ്ങി ചിന്തചെയ്യേണ്ടതാണ്.

വിഗ്രഹാരാധനത്തെക്കുറിച്ചു ഒന്നാമതായി ആലോചിക്കാം, വൈദികകാലത്ത് ഹോമം നടത്തുകയല്ലാതെ ഈശ്വരരാധനത്തിന്നായി വിഗ്രഹങ്ങളെ ഉപയോഗിച്ചതായി, വേദങ്ങളാലോ പ്രാചീനോപനിഷത്തുകളാലോ, പ്രതിപാദിക്കപ്പെട്ടു കാണുന്നില്ല. വിഗ്രഹാരാധാന ഇല്ലാതിരുന്നതിനാൽ ആത്മീയചിന്താസിദ്ധികൾക്ക് ന്യൂനതവന്നതായും അറിയുന്നില്ല. ബുദ്ധഭഗവാൻ വിഗ്രഹാരാധനത്തെ ഉപദേശിക്കുകയോ അനുവദിക്കുകയോ ചെയ്തിട്ടില്ല. ചിലർ അക്കാലം ആചരിച്ചു വന്ന ഹോമകർമ്മത്തെക്കൂടി അയുക്തമെന്നും തെളിയിക്കുകയും നിർവ്വാണ സിദ്ധിക്കായി ആർഷവും ആത്മീയവുമായ സമാധിയോഗത്തെ സർവ്വർക്കും സമനുഷ്ഠിക്കത്തക്ക നിലയിൽ അവതരിപ്പിക്കയുമാണ് ചെയ്തിരിക്കുന്നത്.

ജനനമാത്രത്താൽ ഉള്ള ജാതിനിയമത്തെ ഭഗവാൻ നിരസിക്കുകയും ചെയ്തിരുന്നു. വിഷ്ണുവിന്റെ ഒമ്പതാമത്തെ അവതാരമാണെന്നു പൗരാണികൻമാരാൽ പരക്കെ വിശ്വസിക്കപ്പെട്ടു വരുന്ന ബുദ്ധദേവന്റെ നിയമം സ്വീകാര്യമല്ലെന്നു പറയുവാൻ പുരാണവിശ്വാസികൾക്കവകാശമില്ല. പുരാതനാചാരവിശ്വാസികളാൽ ശിവാവതാരമെന്നു വിശ്വസിക്കപ്പെട്ടുവരുന്ന ബുദ്ധദേവന്റെ നിയമം സ്വീകാര്യമല്ലെന്നു പറയുവാൻ പുരാണവിശ്വാസികൾക്കവകാശമില്ല. പുരാതനാചാരവിശ്വാസികളാൽ ശിവാവതാരമെന്നു വിശ്വസിക്കപ്പെട്ടു പോരുന്ന പാക്കനാരും ബിംബാരാധനത്തെ വിരോധിക്കുന്നു. "നട്ടകല്ലു പേശുമോ നടാത്ത കല്ലു പേശുമോ ചുട്ട ചട്ടി ചട്ടുകം കറിച്ചു വൈ അറിയുമോ?" എന്നു അദ്ദേഹം ഗാനം ചെയ്തിട്ടുണ്ട്. നമ്പൂതിരി സമുദായത്തിൽ ജാതനായ കൃഷ്ണഗാഥ കർത്താവ്. "ശിലയാമൊരുത്തൻ ജലേ മറ്റൊരുത്തൻ കുലാലാദിശിൽപ്പേ പരൻ പാവകാദൗകാരാത്രൂഢപിണ്ഡം കനം കാൺകവയ്യാഞ്ഞൊരേപാടു പായും പയിച്ചെന്നപോലെ"

എന്നു പ്രയോഗിച്ചിരിക്കുന്നു. ആര്യസമാജസ്ഥാപകനായ സ്വാമി ദയാനന്ദസരസ്വതി വിഗ്രഹാരാധനത്തെ വേദവിഹിതമല്ലെന്നു യുക്തസഹസ്രങ്ങളോടുകൂടെ തെളിയിക്കുകയും അതിനെ നിരസിക്കുകയും ചെയ്തിരിക്കുന്നു. വേദാദർശങ്ങളെ ആധാരമാക്കി സിക്ക് മതം സ്ഥാപിച്ച നാനാക്ക് ഗുരുവും, ബ്രഹ്മസമാജസ്ഥാപകനായ രാമമോഹനറോയിയും വിശ്വവിശ്രുതനായ കേശവചന്ദ്രസേനനും വിഗ്രഹാരാധാനത്തെ നിരാകരിച്ചിരിക്കുന്നു. ഹൈന്ദവരിൽതന്നെ ശാക്തേയരും മറ്റു ചില പദ്ധതിക്കാരും ബിംബാരാധകരല്ല. മുൻ പ്രസ്താവിച്ച മഹാശയൻമാർ പ്രബുദ്ധരും സഹജീവികളിൽ കരുണയോടുകൂടിയവരും സമബുദ്ധിയെ പുലർത്തിയവരും വേദപരിശോധന ചെയ്തവരും ആകയാൽ സപ്രമാണവും സയുക്തികവും സ്വീകാര്യവുമായ നിലയിലല്ലാതെ, സ്വാർത്ഥാനുസാരം മനസ്സാക്ഷിക്കെതിരായി ബ്രാഹ്മണമതോപജീവികളുടെ വിഗ്രഹാരാധനത്തേയും ആചാരങ്ങളേയും ദ്വേഷബുദ്ധിയാൽ ദൂഷിച്ചതാണെന്നു വിചാരിപ്പാൻ തരമില്ല.

മേൽ അനുവദിക്കപ്പെട്ട മഹാത്മാക്കളാൽ നിരസിക്കപ്പെട്ടതും അവർണ്ണരും സവർണ്ണരും തമ്മിൽ വൈരത്തിന്നും കലഹത്തിന്നും കാരണമായിട്ടുള്ളതുമാണ് ഇപ്പോഴത്തെ ജാതിഭേദനിയമം. പ്രാചീന കാലങ്ങളിലും ജാതിനിർണ്ണയം ഉണ്ടായിരുന്നതായി ശ്രുതിപുരാണേതിഹാസങ്ങളിൽ വിവരിക്കപ്പെട്ടിട്ടുണ്ട്. എന്നാൽ അത് ജനനപാരമ്പര്യപ്രകാരമല്ലെന്നും ഗുണകർമ്മങ്ങൾ ക്കനുസരിച്ചാണെന്നും ശ്രുത്യാദികളിൽതന്നെ പ്രസ്താവിക്കപ്പെട്ടിരിക്കുന്നു. 'ചാതുർവണ്യാമായാസൃഷ്ടം ഗുണകർമ്മവിഭാഗശഃ' എന്നു ഗീതാകർത്താവ് പറയുന്നു. ജനനാൽ ചാതുർവ്വണ്യം ഇല്ലെന്നും ഗുണകർമ്മങ്ങളാണ് വർണ്ണകാരണങ്ങളെന്നും വജ്രസൂച്യുപനിഷത്തിൽ വ്യക്തമായി പ്രസ്താവിച്ചിരിക്കുന്നു. അനുലോമപ്രതിലോമ വിവാഹങ്ങളിൽ നിന്നു ജാതരായ പലരും ഗുണകർമ്മങ്ങൾക്കു യോജിച്ച ജാതിയെ ആയിരുന്നു അവലംബിച്ചതെന്നും പിതൃമാതൃപാരമ്പര്യത്തെ അനുസരിച്ചല്ലെന്നും തെളിയിപ്പാൻ പുരാണേതിഹാസങ്ങൾ മുഖേന കഴിയുന്നതാണ്. സത്യവതിയിൽ പരാശരപുത്രനായി ജനിച്ച വ്യാസൻ ബ്രാഹ്മണനായും അതേ സത്യവതിപുത്രൻമാരായ ചിത്രാംഗദവിചിത്രവീര്യൻമാർ ക്ഷത്രിയരാജാക്കൻ മാരായും ഗണിക്കപ്പെട്ടത് എന്ത് ന്യായത്തിൻമേലാണെന്ന് ആലോചിക്കേണ്ടതാണ്. ഈ വിധത്തിൽ ജാബാലസത്യകാമൻ മുതലായവരുടെയും മറ്റു പലരുടെയും കഥകൾ ജനനത്താൽ നിർണ്ണയിക്കപ്പെടുന്ന ഇപ്പേഴത്തെ ജാതി നിയമത്തെ നിഷ്പ്രയാസം കീഴ്മേൽ മറിക്കത്തശക്തിയുള്ളവയാണ്. വിരാൾ പുരുഷന്റെ മുഖത്തിൽ നിന്നും കരത്തിൽ നിന്നും ഊരുപാദങ്ങളിൽ

നിന്നും നാലുജാതിക്കാരുണ്ടായി എന്ന കഥ ആധുനികവിദ്വാൻമാർ സമ്മതിക്കുകയോ സ്വീകരിക്കുകയോ ചെയ്യില്ല. വിരാട്ടിൽ നിന്ന്, മറ്റു രാജ്യങ്ങളിലുള്ള മനുഷ്യരെ സംബന്ധിക്കാത്ത സമ്പ്രദായത്തോടുകൂടി ഇന്ത്യയിലെ നാലു ജാതിക്കാർ മാത്രം ജനിച്ചു എന്നു പറയുന്നത് യുക്തിക്കും അനുഭവത്തിന്നും ചേരാത്തതും വിശ്വാസയോഗ്യമല്ലാത്തതുമായ ഭോഷ്കാകുന്നു.

മനുഷ്യസമുദായത്തെ ഒരു സ്വരൂപമായി വിചാരിക്കുന്നതായാൽ ജ്ഞാനാഭിമുഖമായി പ്രവർത്തിക്കുന്നവർ അതിന്റെ മുഖമായും ഭരണാധികൃതൻമാർ കൈകളായും സദാ സഞ്ചാരത്തോടുകൂടിയ വ്യാപാരികൾ ഊരുക്കളായും എല്ലാറ്റിനും അടിസ്ഥാനമായ സ്വരാജ്യത്തുതന്നെ ദേഹാദ്ധ്വാനനം ചെയ്തു ജീവിക്കുന്നവർ കാലടികളായും സങ്കൽപ്പിക്കുന്നത് സയുക്തികവും വാസ്തവവും ആയിരിക്കും. ഈ നാലു പ്രവൃത്തികൾക്കുമായി ഒരുങ്ങിനിന്നവർ കാലക്രമേണ ഗുണകർമ്മ വിഭാഗങ്ങൾ മാറുന്ന ജൻമത്തെ മാത്രം അടിസ്ഥാനപ്പെടുത്തിക്കൊണ്ടുള്ള ജാതിനിയ മതത്തിൽ അകപ്പെടുകയും ബ്രാഹ്മണർ ഒഴികെ മൂന്നു ജാതിക്കാരും പ്രവൃത്തിശ്രദ്ധയാൽ വിദ്യാഭ്യാസത്തിൽ ഉദ്യമിക്കാതെ കേവലം അജ്ഞൻമാരായി തീരുകയും ചെയ്തു. ഇതോടുകൂടി ബ്രാഹ്മണർ വേദശാസ്ത്രാദികളിലുള്ള അധികാരാവകാശങ്ങൾ തങ്ങൾക്ക് മാത്രമാണുള്ളതെന്ന് സ്ഥാപിക്കുവാനും മറ്റുള്ളവരെ അപ്രകാരം ധരിപ്പിക്കുവാനും ഉദ്യമിച്ചു.

എല്ലാവർക്കുംവേണ്ടി ഈശ്വരൻമാരോട് കാര്യം അറിയിക്കുവാൻ ഞങ്ങൾക്കല്ലാതെ നിർവ്വാഹമില്ലെന്നു പ്രസംഗിച്ചു. ഞങ്ങൾ ആവശ്യപ്പെട്ടാൽ ദേവൻമാർ വിശ്വം മുഴുവൻ അരനിമിഷം കൊണ്ട് ഭസ്മമാക്കിക്കളയും എന്നും മറ്റും പറഞ്ഞു രാജാക്കൻമാരെക്കൂടി ഇവർ വിറവിറപ്പിച്ചു. യാഗശാലകളുടേയും ക്ഷേത്രങ്ങളുടെയും ഉള്ളിൽ കടന്നു കവാടങ്ങൾ ബന്ധിച്ചു ഹോമിച്ചും മണികുലുക്കിയും ദേവൻമാരോട് നേരിട്ട് എല്ലാവരുടെയും കാര്യങ്ങൾ അറിയിക്കുന്നുണ്ടെന്നു മറ്റുള്ളവരെ ധരിപ്പിച്ചും സുഖഭക്ഷണവും ദക്ഷിണയും കണക്കിലേറെ സമ്പാദിച്ചും ക്ഷത്രിയാദി സകലരെയും പുറമതിലിനപ്പുറത്ത് പഞ്ചപുച്ഛവുമടക്കി ആജ്ഞാപാലകൻമാരാക്കി നിറുത്തിയും നിർദ്ദയം ജീവിച്ചു. വിദ്യാഭ്യാസത്താൽ ക്രമേണ വർദ്ധിച്ച ബുദ്ധിയോടു കൂടിയ ബ്രാഹ്മണർക്ക് അജ്ഞാനികളായ മറ്റു ജാതിക്കാരെ ഇഷ്ടപ്രകാരം തിരിക്കുന്നതിന്നും വിഷമിപ്പിക്കുന്നതിനും എളുപ്പത്തിൽ കഴിഞ്ഞു.

വേദപാഠശ്രവണാദികളിൽ ശൂദ്രജാതിക്ക് വിശേഷിച്ചും അവകാശമില്ല; ഉണ്ടെന്നു വിചാരിക്കുന്നതായാൽ ഭ്രാന്ത്, കുഷ്ഠം മുതലായ മഹാവ്യാധികൾ ബാധിക്കും; വേദോച്ചാരണം ചെയ്യുന്ന ശൂദ്രന്റെ

നാവു മുറിക്കണം; വേദം ഉച്ചരിക്കുന്നത് കേട്ട ശൂദ്രന്റെ ചെവിട്ടിൽ ഈയ്യം ഉരുക്കി പകരണം; ശൂദ്രന് ധനം സമ്പാദിപ്പാൻ പാടില്ല; ശൂദ്രൻ വിദ്യാഹീനനായും ബ്രാഹ്മണരുടെ അടിമയായും എന്നെന്നും ജീവിച്ചുകൊള്ളണം; എന്നാൽ അവന്ന് മോക്ഷമുണ്ട്. അക്ഷരപരിജ്ഞാനമുള്ള ശൂദ്രനെ ദൂരെ അകറ്റിനിറുത്തണം; എന്നും മറ്റും കാണിച്ചു സ്മൃതികളിൽ കള്ളപ്രമാണങ്ങൾ എഴുതിച്ചേർത്തു. സ്മൃതികളിൽ ശ്രുതിയുടെ അർത്ഥത്തെയാണ് കാണിക്കുന്നതെന്നും തൻമൂലം അതനുസരിക്കാതെ നിർവ്വാഹമില്ലെന്നും ശൂദ്രരെ പ്രത്യേകം പറഞ്ഞു ധരിപ്പിച്ചു. സമർത്ഥനും അസമർത്ഥനും എല്ലാം സംശയം കൂടാതെ അത് കേട്ടു വിശ്വസിച്ചു. അഹിംസാതത്വത്തെ സുസ്പഷ്ടം ഗ്രഹിച്ചവരും സ്വർഗ്ഗത്തിലേക്ക് പാസ്പോർട്ട് കൊടുപ്പാൻ അധികാരപ്പെട്ടവരുമായ ഈ ഭൂദേവൻമാർ അന്നവസ്ത്രാദി സകല ജീവിതസാമഗ്രികളും സപ്രണാമം നൽകിവന്നിരുന്ന അബ്രാഹ്മണർക്ക് സകരുണം നൽകിയ പ്രതിഫലം ഈവിധം അരുന്തുദങ്ങളായ വിശ്വാസങ്ങളും പ്രമാണങ്ങളുമാണെന്ന് സ്മരിക്കുന്നതുകൂടി പാതകം തന്നെ. മാസ്മരവിദ്യയാൽ എന്ന പോലെ കപടവിദ്യാപ്രകടനത്താൽ ഇങ്ങിനെ ശൂദ്രാനികളുടെ മതിമയക്കിയ ഈ കരുണാനിധികൾ ഭൂദേവൻമാരെല്ലെങ്കിലും മനുഷ്യസ്വഭാവമുള്ളവരല്ലെന്ന് തീർച്ചതന്നെ. ഇവരുടെ അതീതങ്ങളായ ആധിപത്യോപദേശങ്ങളാണ് ഇന്നു ഇന്ത്യയിൽ കാണപ്പെടുന്ന സ്വാതന്ത്ര്യഹാനിക്കും സ്വാഭിമാനക്കുറവിനും കാരണമായിത്തീർന്നിരിക്കുന്നത്. ഈ പരമാർത്ഥമറിഞ്ഞു സ്വയമേവ അവകാശപ്പെട്ട സമത്വം, സ്വാതന്ത്ര്യം, സാഹോദര്യം എന്നിവയെ ലഭിപ്പാൻ പൗരുഷത്തോടെ പരിശ്രമിക്കുന്നതാണ് നമ്മുടെ കർത്തവ്യധർമ്മം.

ഇനി ചിന്തിക്കുവാനുള്ളത് നമ്മുടെ ആരാധനക്ക് വിഷയീഭൂതനായ ഈശ്വരന്റെ സ്വഭാവത്തെക്കുറിച്ചാണ്. നിസ്സാരങ്ങളായ അഭിപ്രായഭേദങ്ങളെ മുഴുവൻ ഉപേക്ഷിച്ചും നിരുക്തകാരന്റെ നിയമത്തെ അപേക്ഷിച്ചു പ്രാചീന വേദസംഹിതകളെ പരിശോധിച്ച മഹാപുരുഷൻമാർ, 'തത്വത്തിന്നാധാരഭൂതമായ് സത്യമായ്മായാരഹിത മായേകമായാനന്ദപൂർണ്ണമായ വ്യക്തരൂപമായ് ആദിയുമന്തവുമില്ലാത്ത വസ്തുവായാധാരമിപ്രപഞ്ചത്തിനായ് സൂക്ഷ്മമായ് വാങ്മനോഗോചാരമല്ലാത്ത ദൈവമായാമ്നായമായതിന്നന്തമായർത്ഥമായ്മേവും പരബ്രഹ്മമാം പരമാത്മാ' എന്നിങ്ങനെയുള്ള ഈശ്വരനെയാണ് വേദവിദ്യയിൽ കാണുന്നത്. സൃഷ്ടി സ്ഥിതിസംഹാരാദികളുടെ നിയാമകൻ അവൻ തന്നെയാണെന്നും ആ മഹാത്മാക്കൾ സപ്രമാണം ഗണിക്കുന്നു. എന്നാൽ പൗരാണികൻമാർ നാലും

അഞ്ചും ശിരസ്സുകളുള്ള ചില ഈശ്വരൻമാരെ അവതരിപ്പിക്കുകയും സൃഷ്ട്യാദികർമ്മങ്ങൾക്ക് അവരെ നേതാക്കൻമാരാക്കുകയും ചെയ്തു മതവിശ്വാസികളെ വ്യാമോഹിപ്പിച്ചിരിക്കുന്നു. ത്രിമൂർത്തി നിയമങ്ങൾക്ക് സാഹസപ്പെട്ടാൽ ചില ആന്തരാർത്ഥങ്ങളെ കൽപ്പിക്കുവാൻ കഴിയുമെങ്കിലും പരസ്പര വിരുദ്ധങ്ങളും കലഹേതുക്കളുമായ പൗരാണികൻമാരുടെ താദൃശവിശ്വാസങ്ങൾ സ്വീകാര്യങ്ങളാണോ?

സുബ്രഹ്മണ്യൻ, ഗണപതി, അയ്യപ്പൻ, ഇത്യാദി മൂർത്തികൾ ശിവപുത്രൻമാരായി ജനിച്ചുവെന്നും പറയപ്പെട്ടിരിക്കുന്നു. മാംസമയശരീരികളായ മനുഷ്യർക്കെന്നപോലെ ശിവനെന്ന ഈശ്വരന് പുത്രരുണ്ടായെന്നു പറയുന്നത് ഏതു വിധമാണ് വിശ്വസിക്കേണ്ടത്? ശ്രുതിയുക്ത്യനുഭവപൂർവ്വം ഈ കഥയുടെ അർത്ഥത്തെ വിശദീകരിക്കുകയോ ഉപേക്ഷിക്കുകയോ വേണ്ടതല്ലേ? ഇതൊന്നും കൂടാതെ പുരാണഗ്രന്ഥരജിസ്റ്ററിൽപെടാത്ത വേറെ ചില മൂർത്തികളും കഥാപാത്രങ്ങളായി സ്ഥിതിചെയ്യുന്നുണ്ട്. അവരുടെ പേരും വിവരവും കേട്ടറിഞ്ഞവിധം സ്വൽപം പ്രസ്താവിക്കാം. 1. വേട്ടയ്ക്കൊരുമകൻ, 2. തലച്ചില്ല്, 3. കരിയാത്തൻ, 4. കരിന്ത്രികണ്ടൻ, 5. മുണ്ട്യൻ, 6. കണ്ണിക്കൽ കരുമകൻ എന്നിവരാണ്. കേരളത്തിൽ ഈ മൂർത്തികൾ ഏകകാലത്തുതന്നെ രാജസേവകൻമാരും രാജസേവിതൻമാരുമായിട്ടാണ് കണ്ടുവരുന്നത്. ഇവർക്ക് പരദേവതമാരെന്ന സ്ഥാനപ്പേർ പൊതുവിലുണ്ട്.

റിക്കാർട്ടിൽപ്പെട്ട സുബ്രഹ്മണ്യാദികൾ കഴിഞ്ഞാൽ പിന്നെ വേട്ടയ്ക്കൊരുമകനും, തലച്ചില്ലിനും ആണ് പ്രാധാന്യം കൽപ്പിച്ചിരിക്കുന്നത്. സ്വന്തം കക്ഷികൾക്കുവേണ്ടി കോടതികളിൽ പ്രവേശിച്ച വ്യവഹാരമർമ്മങ്ങൾ തിരിച്ചു ജയമുണ്ടാക്കത്തക്ക നിയമപരിചയവും പ്രാപ്തിയും ഇവർക്കുണ്ടത്രെ. ഇവർക്ക് ശിക്കാറിൽ വളരെ നൈപുണ്യവും പ്രിയവും കാണപ്പെടുന്നുണ്ടെങ്കിലും ചില നായർപ്രഭുക്കൻമാരെപ്പോലെ മാംസമോ മദ്യമോ ഉപയോഗിക്കാറില്ല. കരിയാത്തൻ ഒരു അപരിഷ്കൃതനായ മനമൂർത്തിയാണ്. മദ്യപാനപരിശീലനം ഇദ്ദേഹത്തിനുണ്ട്. മുളങ്കുറ്റികളിലും മറ്റുമാണ് അതുപയോഗിക്കുന്നത്. കരിന്ത്രികണ്ടൻ ഉമാശിവൻമാർ പുലിരൂപത്തോടെ ക്ലുസുമായുധക്രീഢകഴിച്ചതിന്റെ ഫലമാണ്. പശുക്കളുടെയും വ്യാഘ്രങ്ങളുടെയും മദ്ധ്യസ്ഥനായി പശുപാലനം ചെയ്യുകയാണ് ഇദ്ദേഹത്തിന്റെ പ്രവൃത്തി. പുലിയുടെ മുഖവും മനുഷ്യന്റെ ശരീരവും ആയിട്ടാണ് ഇദ്ദേഹത്തിന്റെ പ്രകൃതി. ശരീരവൈകൃതം നിമിത്തമോ മനോനിഷ്ഠമൂലമോ ആയിരിക്കാം ഇദ്ദേഹം ബ്രഹ്മചാരിയായിരിക്കുന്നത്.

പ്രത്യേകിച്ചൊന്നില്ലും പ്രസിദ്ധനല്ലെങ്കില്ലും മുണ്ട്യൻ എന്ന മൂർത്തി അത്യുഗ്രനാണത്രെ. കണ്ണിക്കൽ കരുമകൻ വിഷ്ണുവിന്റെ കൽപ്പനപ്രകാരം വേട്ടയ്ക്കൊരുമകന് ഒരു ചുരിക സമ്മാനിക്കുകയും ചതിപ്രയോഗത്താൽ വേട്ടയ്ക്കൊരുമകന് വില്ലുപയോഗിപ്പാൻ പാടില്ലാതാക്കിത്തീർക്കുകയും ചെയ്ത ഒരു മിടുമിടുക്കനാകുന്നു. ഇതിൽ ഒന്നുമുതൽ അഞ്ചുവരെ നമ്പറുകാർ ഉൽപ്പത്തിയില്ലും മതത്തില്ലും ശൈവരാണ്. മുണ്ട്യൻ, കണ്ണിക്കൻ കരുമകൻ എന്നിവർ വൈഷ്ണവരുമാണ്. ഇതുകൂടാതെ ചില മനുഷ്യരും മരണാനന്തരം ഈശ്വരൻമാരായിത്തീർന്നിട്ടുണ്ട്. അവരാകട്ടെ കണ്ടോത്ത് രാമൻനായർ, കുന്നത്തുനായർ, തച്ചോളി ഒതേനക്കുറുപ്പ്, കടാങ്കോട്ട് മാക്കമ്മെ, ചീരാളൻ യോഗി ഗുരുക്കൾ, കുട്ടിച്ചാത്തൻ, കള്ളാടി മുത്തൻ എന്നിവരാണ്. ദുർമ്മരണമാണ് അവർക്കെല്ലാം ഉണ്ടായിട്ടുള്ളത്. എങ്കില്ലും തൃണജളുകന്യായത്തിൽ നിന്നൊഴിഞ്ഞു ഈശ്വരൻമാരായിത്തീർന്നതെങ്ങിനെയെന്നറിയുന്നില്ല. ഈ ദൂർമ്മൂർത്തികളുടെ ഐതിഹ്യങ്ങളെഴുതി ലേഖനദൈർഘ്യം ഇനിയും വരുത്തുന്നില്ല.

ഈവിധ ദൂർമ്മൂർത്തിവിശ്വാസങ്ങളും ദുരാചാരങ്ങളും വന്നു ചേരുന്ന കാലത്ത് ദിവ്യാദർശനങ്ങളേയും സദാചാരങ്ങളേയും ഗ്ലാനിതീർത്ത് പരിശുദ്ധിനിലയിൽ പരിപാലിക്കുന്നതിന് മഹാത്മാക്കളുടെ ആവിർഭാവവും പരിശ്രമവും അത്യന്താപേക്ഷിതമാണ്. അതിന്നായി മുൻപ്രസ്താവിക്കപ്പെട്ട മതോദ്ധാരകൻമാരുടെ പദ്ധതിയെ അനുഗമിച്ചു പ്രവർത്തിക്കുന്ന വശ്യവാഗ്മിയും പ്രസിദ്ധ ഗദ്യകാരനുമായ വാഗ്ഭടാനന്ദഗുരുവിന്റേയും ആത്മവിദ്യാനുയായികളുടെയും അക്ഷീണപരിശ്രമം കേരളീയർക്ക് അദ്വൈതാനന്ദത്തേയും പരിശുദ്ധാചാരങ്ങളേയും അറിഞ്ഞനുഭവിക്കുന്നതിന്ന് ഹേതുവായിത്തീരാൻ ജഗദീശ്വരൻ സഹായിക്കട്ടെ. ഈ 'ആത്മവിദ്യ' അന്ധതയിൽ ഉഴലുന്ന ജനതതിക്ക് ഒരു വിജ്ഞാനപ്രദീപവും സത്യം, സമത്വം, സ്വാതന്ത്ര്യം സാഹോദര്യം എന്നിവ സിദ്ധിക്കുന്നതിനുള്ള ഗതിയിൽ ഒരു ഉത്തമ മാർഗ്ഗദർശിയും ആയിത്തീരുമെന്നാശംസിച്ചും ഇതിന്റെ പ്രചാരത്തിനും ഗ്രന്ഥകർത്താവിന്റെ മറ്റുള്ള പരിശ്രമങ്ങൾക്കും സർവ്വതോവിജയത്തെ പ്രാർത്ഥിച്ചും എന്നിൽഭാരമേൽപ്പിച്ച അവതാരികാപ്രഖ്യാപനത്തിന്ന് അപരിമിതമായ ദൈർഘ്യം വരുത്താതെ തൽക്കാലം ഇവിടെ ഉപസംഹരിച്ചുകൊള്ളുന്നു.

•

www.ingramcontent.com/pod-product-compliance
Lightning Source LLC
LaVergne TN
LVHW100555051026
849519LV00003B/970
* 9 7 8 9 3 8 5 8 9 9 7 8 2 *